உடலாரூமன்றம்

முனைவர் என். மாதவன்

ஓவியம்: வாசன்

Udalalumanram *(in Tamil)*
Dr. N.Madavan
First Published: August 2021
BOOKS FOR CHILDREN
imprint of Bharathi Puthakalayam
7, Elango Salai, Teynampet, Chennai - 600 018
Email: bharathiputhakalayam@gmail.com | www.thamizhbooks.com

உடலாளுமன்றம்
முனைவர் என்.மாதவன்

முதல் பதிப்பு: ஆகஸ்ட், 2021
வெளியீடு:

புக்ஸ் ஃபார் சில்ரன் – பாரதி புத்தகாலயத்தின் ஓர் அங்கம்
7, இளாங்கோ சாலை, தேனாம்பேட்டை, சென்னை – 600 018
தொலைபேசி : 044 24332424, 24332924, 24356935
விற்பனை உரிமை

விற்பனை நிலையங்கள்
மதுரை: 37A, பெரியார் பேருந்து நிலையம் - 045 22324674
ஈரோடு: 39: 39 ஸ்டேட் பாங்க் சாலை - 9245448353
திண்டுக்கல்: பேருந்து நிலையம் - 9942331105, 9976053719
பழனி: பேருந்து நிலையம் அருகில் - 9442883696
திருப்பூர்: 447, அவினாசி சாலை - 9486105018
சேலம்: பாலம் 35, அத்வைத ஆஸ்ரமம் சாலை 0427 2335952
திருவல்லிக்கேணி: 48, தேரடி தெரு - 9444428358
வடபழனி: பேருந்து நிலையம் எதிரில் அடையார்
ஆனந்தபவன் மாடியில் - 9444476967
பெரம்பூர்: 52, கூக்ஸ் ரோடு - 9444373716
திருவாரூர்: 35, நேதாஜி சாலை - 9442540543
சேலம்: 15, வித்யாலயா சாலை சாலை
திருநெல்வேலி: 25A, ராஜேந்திரநகர் - 9442149981
அருப்புக்கோட்டை: 49A/4 மெயின் ரோடு, தெற்கு தெரு, -9994173551
மதுரை: சர்வோதயா மெயின்ரோடு
குன்னூர்: N.K.N வணிக வளாகம் பெட்போர்ட்
செங்கல்பட்டு: 1 D ஜி.எஸ்.டி சாலை - 044 27426964
விருதுநகர்: 131, கச்சேரி சாலை - 0456 2245300
கும்பகோணம்: 352, ரயில் நிலையம் எதிரில் - 9443995061
வேலூர்: பேஸ் III, சத்துவாச்சாரி - 9442553893
நெய்வேலி: பேருந்து நிலையம் அருகில், - 9443659147
தஞ்சாவூர்: காந்திஜி வணிக வளாகம் காந்திஜி சாலை - 9655542400
கோவை: 77, மசக்காளிபாளையம் ரோடு, பீளமேடு - 8903707294
திருச்சி: வெண்மணி இல்லம், கரூர் புறவழிச்சாலை - 9994289492
திருவண்ணாமலை: முத்தம்மாள் நகர்
நாகர்கோவில்: 699 கே.பி.ரோடு R.V.புரம் - 9443450111
சிதம்பரம்: 11 / 28 வெள்ள திறந்தான் தெரு, - 9994399347
கரூர்: நாரத கானசபா அருகில் (TNGEA OFFICE)- 9442706676
காரைக்குடி: 12, 2 வது தெரு, கம்பன் மணிமண்டபம் பின்புறம் - 9443406150

நினைத்த நூல்கள்... நினைத்த நேரத்தில்... 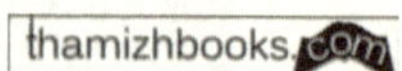  8778073949

ரூ.100/-

அச்சு : பிரிண்டெக், சென்னை – 600 005.

சமர்ப்பணம்

உள்ளடக்கம்

1. புலம்பல் முரசு போர்முரசு ... 15

2. பார்வை அமைச்சகத்தின் பார்வையிலிருந்து... ... 19

3. கேட்பு அமைச்சகத்தின் கேள்விக்கணைகள் ... 21

4. மூக்கின் முனகல்கள் - I ... 24

5. மூக்கின் முனகல்கள் - II ... 27

6. செய்திகள் வாசிப்பது செய்தி ஒலிபரப்புத்துறை ... 30

7. பற்களா? கற்களா? ... 33

8. "தொண்டை" மண்டல சகாக்கள் - I ... 36

9. "தொண்டை" மண்டல சகாக்கள் - II ... 39

10. அறிஞரா? புகைஞரா? ... 42

11. ஏப்பம் விடு தூது! ... 45

12. சத்தைப் பிரிப்போர் சங்கம் ... 49

13. அசராமல் பணியாற்றும் அசகாய சூரர்கள்! ... 52

14. கணையத்தின் கணைகள் ... 55

15. இடைக்கால சேட்டிங் தொடர்... ... 58

16. லப்டப் இரகசியம் ... 61

17. வேலை நிறுத்தம் வாழ்வின் நிறுத்தமே! ... 64

18. செக்போஸ்ட் ஆய்வுகள் ... 67

19. சிறுநீரா? பெரும்நீரா? ... 70

20. ஓடாமல் ஒரு நொடியும் நிற்கமுடியுமா? ... 73

21. பாதை பெரிது பயணமும் பெரிது ... 76

22. உணர்வுகளின் புறவழிச்சாலை ... 79

23. வலியைச் சொல்வது வலிமை பெறவே... ... 82

24. கலரா? கடமையா? ... 85

25. கண் துஞ்சா காவலர்கள் ... 88

26. கூடாக...கூட்டாக... ... 91

27. கொஞ்சம் ஆடுங்க...கொஞ்சமாவது அசங்குங்க! ... 94

28. கோரிக்கை நேரம் ... 97

29. மூளையிருக்கா? ... 100

30. உடலினை உறுதி செய்வோம்! ... 103

உள்ளங்கையில் உடல் கையேடு!

இளையோருடைய கல்வியில் முக்கியமானது அறிதல் திறன். முதலில் இளையோர் என்ற சொல்லை தெளிவுபடுத்த வேண்டும். பத்து வயதுக்குள் இருப்பவர்களைச் சிறுவர்கள் என்றும், பத்துக்கு மேல் 17 வயது வரை உள்ளவர்களை இளையோர் என்றும் குறிப்பிட வேண்டும். ஆங்கிலத்தில் 'யங் அடல்ட்' (*Young Adult*) என்று குறிப்பிடுவது இவர்களைத் தான்.

இவர்கள், சிறுவர்களும் அல்லர்; மிகப் பெரியவர்களும் அல்லர். வளரிளம் பருவம் என்ற சொல்லும் இவர்களுக்குப் பொருந்தும். இந்த வயதுக்காரர்கள்தான் அதிகம் படிக்கின்றனர். பல்வேறு உயர்கல்விக்கான அடித்தளம் அமைக்கப்படுவது இந்தப் பருவத்தில்தான்.

அவர்களுக்கு சிரமமான செய்திகள் புரியாது என்று கருதினால், நாம்தான் முட்டாள்கள். தமிழக அரசின் 8 வகுப்பு முதல் பிளஸ்2 வரையான பாடநூல்களைப் பாருங்கள். எவ்வளவு நுணுக்கமான பாடங்களைக் கற்றுக்கொள்கிறார்கள்? உண்மையில், ஒவ்வொரு இருபதாண்டுகளிலும் கல்வியின் தரம், பன்மடங்கு வளர்ந்துகொண்டே போகிறது.

அப்படிப்பட்ட சிக்கலான அம்சங்களைப் படிப்பவர்களுக்கு பத்திரிகைகளும், இதழ்களும் ஏதேனும் ஒரு வகையில் உதவ வேண்டும். அவர்களுடைய புரிதலை மேம்படுத்த வேண்டும். அவர்களுக்குத் தெரிந்த மொழியில் மட்டுமல்ல, அவர்களோடு அணுக்கமாக உட்கார்ந்துகொண்டு பேசும் தொனியில், விவரங்களைத் தெரிவிக்க வேண்டும். அறிவியலையும் கணிதத்தையும் இதர அறிவுசார் துறைகளையும் எடுத்துச் சொல்ல வேண்டும்.

இன்றைக்கு கற்பித்தல் பணியில், ஆடியோ, வீடியோவுக்கு பெரும் எதிர்பார்ப்பு உருவாகியிருப்பதற்கு முக்கிய காரணம், காட்சி ரீதியாகவும் ஒலி ரீதியாகவும் புரிய வைக்க முடியும்

என்பதனால்தான். அதேசமயம், எழுத்து, ஓவியங்கள் ரீதியாகவும் புரிய வைக்க முடியும்.

மேலைநாடுகளில், இளையோருக்காகவே நூல்கள் எழுதப்படுகின்றன. படைப்புகள் வெளிவருகின்றன. அவர்களுடைய வயதுக்கு ஏற்ப, முதிர்ச்சிக்கு ஏற்ப, மொழித் திறனுக்கு ஏற்ப, நூல்கள் எழுதப்படுகின்றன.

நம் தமிழ்நாட்டில் இந்தத் திசையில் மேற்கொள்ளப்பட்டுள்ள முயற்சி குறைவு. குறைந்தபட்சம் ஒவ்வொரு வகுப்பிலும் மாணவர்கள் எத்தனை புதிய தமிழ்ச் சொற்களைத் தெரிந்துவைத்திருக்க வேண்டும், அச்சொற்கள் எவை என்பன போன்ற பட்டியலை இதுவரை நான் பார்த்திலேன். ஆங்கிலத்தில் இங்கிலேஷ் லேங்குவேஜ் டீச்சிங் (இ.எல்.டி.) என்ற துறை ஒவ்வொரு பெரிய பல்கலைக்கழகத்திலும் ஒரு பிரிவாக உள்ளது. அவர்கள் அந்தந்த நாட்டு மாணவர்களின் கல்வி, கேள்வித் திறனுக்கேற்ப மொழித்திறன் வளத்தை வகைப்படுத்துகிறார்கள்; நெறிப்படுத்துகிறார்கள்; மேம்படுத்துகிறார்கள்.

இந்தப் பின்னணியில் எல்லாம் யோசிக்கும்போது உருவானதுதான், தினமலர் 'பட்டம்' இதழ். இளையோரது தேவைகளுக்கு ஏற்ப படைக்கப்படும் துணிச்சலான நாளிதழ் இது. இதன் முன்னெடுப்புகளின் ஒன்றாக வெளியானதுதான் 'உடலாளுமன்றம்' என்ற இந்த நூல்.

நான் மேலே சொன்ன அனைத்தையும் இந்த நூலில் நீங்கள் பொருத்திப் பார்க்கலாம். இது உடலின் உறுப்புகள், தத்தமது பணிகளையும் முக்கியத்துவத்தையும் சொல்கிறது என்று ஒற்றை வரியில் சாதாரணமாகச் சொல்லிவிட முடியாது.

ஆம், உடலின் பாகங்கள் பேசுகின்றன. ஆனால், எப்படி? யாருக்கு? எந்த மொழியில்?

இளையோருக்குப் பேசுகின்றன உடலின் பாகங்கள். இந்த நுட்பம் முக்கியமானது. தினமலர் நாளிதழில் 'பட்டம்' பகுதியில் வெளியானபோது, பெரியவர்களும் இதைப் படித்து ரசித்தார்கள், புரிந்துகொண்டார்கள் என்பதை மறுப்பதற்கில்லை.

ஆனால், இது பிரதானமாக கவனத்தில் கொண்டது, இளையோரைத்தான்.

பல பெற்றோர், தமது பிள்ளைகளுக்கு இத்தொடரை வெட்டி, பத்திரப்படுத்தி, நூலாக்கித் தந்ததாக என்னிடம் தெரிவித்துள்ளனர்.

இந்தத் தொடரில், ஒவ்வொரு பாகமும் இளைய வாசகரை மனத்தில் இருத்தியே எழுதப்பட்டது. அவரது புரிதல் குறைவாகவே இருக்கும், அவருக்கு இதெல்லாம் தெரியாது, நாம்தான் புகட்ட வேண்டும் என்ற பாமரத்தனமான பாணியில் எழுதப்படவில்லை. மாறாக, எதிரே இருப்பது படிப்படியாக படித்து, முன்னேறிவரும் ஒரு மாணவர். அவரது அறிவுத் திறனை அங்கீகரித்து, அதே சமயம், அவரது புரிதலை மேலும் செம்மைப்படுத்தவே இந்தப் பகுதிகள் துணைசெய்யப் போகின்றன என்ற கவனம், தொடர் முழுவதும் நன்கு புலப்படும். அதைச் செய்வதற்கு உகந்த மொழியும் பயன்படுத்தப்பட்டுள்ளது.

என். மாதவன், மிகவும் சிரத்தை எடுத்துக்கொண்டு, ஒவ்வொரு அத்தியாயத்தையும் முழுமையாக எழுதிக் கொடுத்தார். உடற்கூறு அறிவியலை நான் மேலே குறிப்பிட்ட சவால்களை எல்லாம் ஏற்றுக்கொண்டு எழுதிக் கொடுத்தார்.

இத்தொடர் மூத்த, இளைய வாசகர்களிடையே நல்ல வரவேற்பைப் பெற்றது. இப்போது நூலாக உருவாகி வரும்போது, நீங்கள் இதனை ஒரே மூச்சில் படித்துவிடலாம்.

இந்த நூலை படித்து முடிக்கும்போது, உடலைப்பற்றிய உங்கள் புரிதல் நிச்சயம் ஓரங்குலமேனும் உயர்ந்தே இருக்கும் என்பது நிச்சயம்.

என். மாதவனுக்கு என் வாழ்த்துகள்.

நன்றி!
நேசமுடன்,
ஆர்.வெங்கடேஷ்.
pattamvenkatesh@gmail.com
04.07.2021

உடலினை உறுதி செய்யும் ஒப்பற்ற முயற்சி

அன்பார்ந்த நண்பாஸ், நண்பிஸ், வணக்கம்.

நீங்கள் எப்படி இருக்கிறீர்கள்? உங்கள் உடல் எப்படி இருக்கிறது?

உங்கள் உடலின் உறுப்புகள் எல்லாம் சேர்ந்து பாராளுமன்றம் நடத்தி அங்கே காரசாரமாக விவாதித்தால் எப்படி இருக்கும்? அவைகளின் வாதம் என்ன? அங்கே சபாநாயகர் யார்? என்ன ஒரு சூப்பர் கற்பனை? அதுதான் உடலாளுமன்றம். என்ன ஒரு சாகசம்? என்ஜாய் பண்ணுங்க.

அறிவியல் எழுத்துகளை தமிழில் கொண்டுவருவது இன்றும்கூட பெரிய சவாலாகவே உள்ளது. எண்பதுகளின் தமிழ் அறிவியல் ஆளுமைகளாக விளங்கிய மணவை முஸ்தபா மற்றும் சுஜாதா இருவருடனும் வேலை பார்த்த அனுபவம் எனக்கு உண்டு.

இந்த நூலை வாசிக்கவும் ரசிக்கவும் - அறிந்து தெளியவும் இதை வாங்கியுள்ள அன்பு மாணவச் செல்வங்கள் தெரிந்து கொள்ள வேண்டும் என்பதற்காகச் சொல்கிறேன்.

நமது உடல் உறுப்புகளுக்கு தமிழில் பெயர் வைப்பதே பெரிய சண்டையில் போய் முடிந்தது உண்டு. முகவாய்க்கட்டையா அல்லது தாடையா எது சரி? கை அடிப்பகுதியா அக்குள்ளா எது தமிழ் என தொடங்கி நுண்திசுவா, செல்லா என்பது வரை எல்லாமே குழப்பமாக - கூச்சலாக இருந்தது.

நாடாளுமன்றத்தில் விவாதிப்பது போலவே அன்று நாங்கள் சபைகளில் மோதிகூட இருக்கிறோம். அன்பு நண்பர் ஆசிரியர் முனைவர் மாதவனின் உடலாளுமன்றம் புத்தகம் எனக்கு அந்த நாட்களை நினைவுபடுத்தும் செழிப்பான முயற்சி.

முனைவர் மாதவன், ஆசிரியர் மாதவனாக இருந்த காலத்தில் இருந்தே நான் அவரை அறிவேன். கல்வியியல் அறிஞர், முன்னாள் தேசிய கல்வி மற்றும் ஆராய்ச்சி நிறுவன இயக்குநர் திரு. கிருஷ்ணகுமாரின் குழந்தை மொழியும் ஆசிரியரும் என்ற

நூலை தமிழில் மொழிபெயர்த்தவர் அவர். பிறகு சமச்சீர் கல்வி பாடப்புத்தக தயாரிப்பு குழுவில் பணியாற்றிய நாட்களில் பலமுறை ஒன்றாக பணியிலும் பேருந்திலுமாக பயணித்து இருக்கிறோம். நல்ல பிடிவாதமான உழைப்பாளி.

மாணவர்களான உங்கள் நலம் விரும்பி அவர். புத்தகங்களின் காதலர். எளிய அறிவியல் தமிழ் வடிவம் கைவரப்பெற்றவர். ஏறக்குறைய ஓராண்டு, தினமலர் 'பட்டம்' இதழில் வெளிவந்த வித்தியாசமான மனித உடற்கூறியல் அதிசயம் இன்று உங்கள் கைகளில் தவழ்கிறது. சிவா எனும் சிறுவனின் உடல் உறுப்புகள் தங்களது தலைமைச் செயலரிடம் புலம்பும் காட்சியோடு நூல் தொடங்குகிறது.

நண்பர் எழுத்தாளர் மாதவன் அரசுத்துறையில் கல்விப் பணி செய்யும் ஆசிரியர். தலைமை ஆசிரியர். அவரது துறை பள்ளிக் கல்வித்துறை. அரசின் ஒரு பகுதி அவர் என்றும் சொல்லலாம். அரசு பல துறைகளால் ஆனது அல்லவா. சுகாதாரத்துறை, விவசாயத்துறை, மின்சாரத்துறை, மீன்வளத்துறை என இருக்கிறதே. அதற்கெல்லாம் ஒரு தலைமைச் செயலகம் இருப்பது போல சிவாவின் உடல் உறுப்புகளை பணிவாரி துறைகளாகப் பிரித்து மூளையை தலைமைச் செயலராக ஆக்கி நமக்கு நம் உடல் உறுப்புகளை அவர் மிகச்சிறப்பாக புரிய வைத்திருக்கிறார்.

கண்களில் இருந்து தொடங்கி, காது, மூக்கு (சுவாசத்துறை) நாக்கு என ஒவ்வொரு அத்தியாயமாக தலைமைச் செயலரிடம் தங்கள் துறையின் முக்கியத்துவம், படும் அல்லல்கள், பணிபுரியும் விதம், அறிவியல், நோய் சார்ந்த எச்சரிக்கை என்று ஒரு தனி பட்ஜெட் சமர்ப்பிக்கின்றன... அதிலும் எனக்கு செக்போஸ்ட் டியூட்டி பார்க்கும் சிறுநீரகம் பேசும் இடம் ரொம்பப் பிடித்திருந்தது. தண்ணீர் நிறைய எதற்காக குடிக்க வேண்டும்... உப்பு மிகக் குறைவாக ஏன் சேர்க்க வேண்டும்... என்றெல்லாம் சொல்லி நாங்க செயல்படாம போயிட்டா என்ன ஆகும் என்று விவரிப்பது சூப்பர் கிளைமாக்ஸ்.

மூன்று உலகளாவிய உடல் - நூல் சிறார் முயற்சிகளை இந்த நூல் நினைவுபடுத்துகிறது.

◻ கார்னோவ்ஸ்கியும் கேட் டேவிஸ்சும் இணைந்து எழுதிய ஆங்கில புத்தகம் (சில்ரன் புக் கவுன்சில், நியூசிலாந்து வெளியீடு)

- இல்லுமனாட்மி (Illumanatomy). அதில் உங்கள் உடலுக்குள் பார்க்கலாம் வாங்க... என்று ஒரு மந்திர லென்சு. அது நம்மை உடல்களுக்குள் எடுத்துச் செல்லும்.

❏ இரண்டாவது டேவிட் மார்ட்டன் (ஆஸ்திரேலியா) புத்தகம். 'என் உடல் என் அட்லஸ்' என்று தலைப்பு. கடல் பிரயாண அனுபவம் போல் - குட்டிப்படகு - மேப் (வரைபடம்), போலவே பயணத்தில் உடல் அட்லஸ் உதவுகிறது. மெர்வின் என்பவர் வரைந்த மாய ஓவியங்கள் மிக அற்புதமாக இருக்கும்.

❏ மூன்றாவது கென் ஜென்னிங்ஸ் (சிங்கப்பூர்) எழுதிய சமீபத்திய ஜூனியர் ஜீனியஸ் வரிசை நூல். உங்கள் உடலின் மர்மங்கள் என்று ஒரு புத்தகம். இதை வாசித்தால் உங்கள் உடம்பிற்கு நீங்களே எக்ஸ்பர்ட் - நிபுணர் என்று அட்டையிலேயே போட்டிருக்கிறார்கள். அதை வாசித்தால் நீங்கள் பாதி டாக்டர்.

நம் தமிழில் முனைவர் மாதவனின் உடலாளுமன்றத்தை நான் பரிந்துரைப்பேன். கொஞ்சம்கூட களைப்பே தெரியாமல் மடமடவென்று வாசித்து முடித்துவிடலாம். அத்தனை விறுவிறுப்பு. நிறைய உழைத்திருக்கிறார்.

'பொதுவாக சட்டை ஜேபியை ஏன் இடது பக்கத்தில் வைத்திருக்கிறார்கள்' என்று ஆனந்த் பாட்டில் கன்னடத்தில் ஒரு புத்தகம் எழுதியிருக்கிறார். அதேபோல நாணா - கான் வங்காளத்தில் நீ என்பது இதுதான்' என்று குழந்தைகளுக்கு உடற்கூறியலை எழுதி இருப்பதை அறிவேன். இந்திய முயற்சிகளும் உண்டு. தமிழில் நேரடியாக உடல் உறுப்பு பற்றி பாடங்களும் நூல்களும் இருந்தாலும் - படைப்பாக்க உத்தியோடு சிறந்த முயற்சியாக இந்த 'உடலாளுமன்றம்' மிளிர்கிறது.

பார்வை அமைச்சகத்தின் பார்வையில் இருந்து, கேட்பு அமைச்சகத்தின் கேள்விக் கணைகள், மூக்கின் முனகல்கள், பற்களா கற்களா, தொண்டை மண்டலம், ஏப்பம் விடு தூது, சத்தை பிரிப்போர் சங்கம் என்றெல்லாம் பல வித்தியாசமான தலைப்புகள் உங்களை கட்டிப்போடும். உங்களது உடல் குறித்த செய்திகளை அறிந்தவண்ணம் நீங்கள் உடல் பராமரிப்பு மற்றும் உறுப்புகளுக்கு இடையிலான ஜனநாயகத்தையும் அறியலாம்.

அறுசுவை உணவை நாக்கு எப்படி பிரித்து அறிகிறது? ஐம்புலன்களும் ஒன்றிணைந்து கற்றலை எப்படி நடத்துகிறது?

எண்சாண் உடம்பிற்கு சிரசே பிரதானம் என்று சொல்லப்படுவது ஏன்?

இப்படி பல சுவையான கேள்விகள் அவற்றுக்கு உங்கள் உறுப்புகள் தரும் பதில்களை அடுக்குகிறார் நூலாசிரியர். நோய் தொற்று முடக்கம் கடைப்பிடிக்கப்பட்டு உலகெங்கும் பள்ளிக்கூடங்கள் மூடப்பட்டுள்ளன. நாம் அனைவருமே வீட்டில் முடங்கிக் கிடக்கிறோம். முறையான கல்வி மூடப்பட்டுவிட்டது. இந்த நிலையில் நம் அறிவு வளர்ச்சியை தக்கவைக்க - புக்ஃபார் சில்ரன் வெளியிடும் புத்தகங்கள் உதவுகின்றன. புத்தக வாசிப்பு - சுயமாக நமக்கு நாமே பள்ளி செல்லாமலே மேதை ஆவதற்கான வழியை தருகிறது. நூலகக்கல்வி என்று நாம் இதை அழைக்கிறோம்.

நாளிதழ்கள் படிப்பது, சிறுபுத்தகங்களை நாமாக வாசிக்க கற்பது, நம் - அப்பா, அம்மாவின் திறன்பேசி (ஸ்மார்ட் போன்) வழியே புத்தகங்களை பதிவிறக்கம் செய்து ஜாலியாக - ஒரு பொழுதுபோக்கு அம்சமாக படிப்பது என்று வாசிப்பை விரிவுப்படுத்தலாம். பாடப்புத்தகத்திற்கு வெளியே பிற சுவையான புத்தகங்களை வாசிப்பது தனி உற்சாகம் தரும் சாகசம்.

அதிலும் உடலாளுமன்றம் போன்ற அரிய - புத்தகம் கிடைத்தால் நீங்கள் விடவே கூடாது.

இப்படியான புத்தகம் ஒன்றை வாசிப்பது உங்கள் அறிவு வளர்ச்சியோடு உடல்திறனையும் அதிகரிக்கும்.

'உடலினை உறுதிசெய்' என்பது நம் தமிழ் முன்னோர் வாக்கு. அன்புத் தலைமை ஆசிரியர், எழுத்தாளர் முனைவர் மாதவனின் இந்தப் புத்தகம் அதை செவ்வனே செய்துள்ளது.

இந்த நூலை இயற்றிய அவருக்கும், இதை மிகச் சிறப்பாக வெளியிட்டுள்ள புக் ஃபார் சில்ரன் பதிப்பகத்திற்கும் இதை வாங்கி வாசிக்க முடிவு செய்த உங்களுக்கும் என் மனமார்ந்த வாழ்த்துகள்.

புத்தகமே புதையல்!

வாசிப்பே வெல்லும்!!

மிக்க அன்புடன்,
ஆயிஷா இரா. நடராசன்.

உடலாளுமன்றம் கூடிய வரலாறு!

2000ஆம் வருடத்தில் ஒரு நாள். எனக்கு கடுமையான சுரம். அருகிலுள்ள நகரிலிருந்த மருத்துவரிடம் சென்றேன். அவர் மூன்று நாளைக்கு ஏதோ மருந்து மாத்திரைகள் கொடுத்தார். சுரம் மட்டுப்படவில்லை. வயிற்றுப்போக்கும் தொடங்கியது. இடையில் மதுராந்தகம் செல்லவேண்டிய வேலை வந்தது. அங்கு அறிமுகமான இரத்தப் பரிசோதனை நிலைய நண்பரிடம் எனது இரத்தமாதிரியை அளித்து டைபாய்டு காய்ச்சல் தொற்றுள்ளதா? என பரிசோதிக்கச் சொன்னேன். அவரும் பரிசோதித்து டைபாய்டு காய்ச்சலை உறுதிப்படுத்தினார். இரண்டாம் நாளே அதே மருத்துவரிடம் இரத்தப் பரிசோதனை அறிக்கையைக் கொடுத்து டைபாய்டு காய்ச்சலுக்கான மருந்துகளைத் தொடங்கலாமா? என்றேன். அந்த மருத்துவர் மருந்துகளை எழுதிக்கொடுத்தார். பின்னர் சில சமாதானங்களைக் கூறி இப்படி நீங்களே எல்லாம் முடிவு செய்யக்கூடாது அப்படி செய்தால் நாங்கள் எல்லாம் எதற்கு என்றார். நான் ஒன்றும் பேசவில்லை வந்துவிட்டேன். 21 நாட்கள் மருத்துவ விடுப்பில் இருக்க அறிவுறுத்தினார். நான்கு நாட்கள் மட்டும் மருத்துவவிடுப்பு எடுத்து உடல்நலம் கொஞ்சம் தேறியவுடன் பணியில் சேர்ந்துவிட்டேன். தமிழகம் முழுவதும் தமிழ்நாடு அறிவியல் இயக்கப் பணியாக ஊர் சுற்றுவதில் பெரும்பாலும், பல ஊர் தண்ணீருக்கும் எங்களைப் போன்றோர் உடம்பு பக்குவப்பட்டுவிடும். எப்போதாவது இப்படி நேர்ந்துவிடும். இப்போதுதான் உலகே மினரல் வாட்டர் மயமாகிவிட்டதே.

இப்படியாக உடற்கூறியலைப் பற்றியும், நோயைப் பற்றியும் தொடர்கல்வி என்னைப் போன்ற பல நண்பர்களுக்கும் வாய்த்திருக்கும். இது தமிழ்நாடு அறிவியல், அறிவொளி இயக்கத்தின் கொடை. மக்களுக்கு சொல்வதற்காக அறிவியல் இயக்கத் தலைவர்களுள் ஒருவரான மருத்துவர் சுந்தரராமன் எழுதிய சிறுநூல்களை மக்களைவிட எங்களைப் போன்றோர் அதிகம் வாசித்ததன் விளைவிது. எமது குடும்ப சுகாதாரம் மேம்பட இன்றுவரை அந்த அனுபவங்கள் உதவிவருகின்றன.

ஒரு காலகட்டத்தில் எனக்குத் தெரிந்த அரசு மருத்துவ செவிலியரிடம் மனித உடற்கூறியல் தொடர்பான புத்தகம் உள்ளதா

எனக் கேட்டு வாங்கிப் படித்தேன். அவருக்கும் அந்த நூல் தேவைப்படவில்லை. மாதக்கணக்கில் என்னிடம் இருந்தது. அவ்வப்போது அதனை வாசிப்பேன். பாதி புரியும் பாதி புரியாது.

நண்பர் எஸ்.ஜனார்த்தனன் அவர்களுடன் பல மணிநேரம் உரையாடும் வாய்ப்புகள் எமக்கு தமிழ்நாடு அறிவியல் இயக்கப் பணிகளின் மூலமாகக் கிடைத்தது. விலங்கியல் பாடப்பிரிவு ஆசிரியரான அவர் பல விஷயங்களை எனக்குப் புரியுமாறு எடுத்துரைப்பார். இதுபோன்ற நேரங்களில் எல்லாம் அவரிடம் முழுநேர மாணவராக அறிவியல் பயிலவில்லையே என்ற ஆதங்கம் எனக்கு இருக்கும்.

இவ்வாறான புரிதல்களோடு மனித உடலியல் தொடர்பான புதிய அறிவியல் ஆராய்ச்சிகளைப் பகிரும் நோக்கோடு தினமணி, வண்ணக்கதிர், பெண்ணே நீ, துளிர் உள்ளிட்ட இதழ்களில் கட்டுரைகளையும் எழுதினேன். அக்கட்டுரைகளை செழுமைப்படுத்தவும் எனது தேடுதல்கள் தொடர்ந்தது.

இதன் விளைவாக மனித உடற்கூறியலைப் பற்றிய அரிச்சுவடுகள் எம்முள் பதிந்தன. இவ்வாறான படிப்பினைகள் இல்லாமல் ஒரு ஆங்கில ஆசிரியர் மனித உடற்கூறியல் தொடர்பாக எப்படி எழுத இயலும்?

2020 மே மாதத்தில் கொரோனா பெருந்தொற்று உச்சத்தில் இருந்தது. அப்படிப்பட்ட ஓர் நாளில் 'பட்டம்' பத்திரிகையின் ஆசிரியர் திரு.வெங்கடேஷ் அவர்கள் தொடர்பு கொண்டார். மீண்டும் ஒரு தொடரை முயற்சிக்க இயலுமா என்று கேட்டுக்கொண்டார் (கடந்த ஆண்டுகளில் 'அணுவும் ஆதியும்' என்ற ஒரு அடிப்படை அறிவியல் தொடரை எழுதியிருந்தேன். அது அருமையான படக்கதையாக திரு.ரமேஷ் வைத்யா அவர்களின் வடிவமைப்பில் வெளிவந்தது). குழந்தைகள் அளவுக்கு உடனடியாகச் சென்று சேரவேண்டிய விஷயமாக இரண்டு விஷயங்கள் அப்போது யோசனையில் இருந்தன. ஒன்று மனித உடற்கூறியல் மற்றொன்று காய்கறிகளைப் பற்றிய அறிமுகம். இதில் மனித உடற்கூறியலை குழந்தைகளுக்காக எழுதட்டுமா? என்றேன். அவரும் ஒப்புதல் அளித்தார். 'உடலாளுமன்றம்' என்ற தலைப்பில் எழுதத் தொடங்கினேன். (மற்றொன்று 'புவியைச் சுற்றும் பூசணி' அத்தொடர் துளிரில் வெளிவந்துகொண்டிருக்கின்றது. விரைவில் நிறைவடையும்).

பெருந்தொற்று காலத்தில் சில மாதங்கள் தினமலர் நாளிதழிலேயே 'பட்டம்' இதழும் இணைந்து வந்தது. உடலாளுமன்றத்தின்

முதற்பகுதி அதில் பிரசுரமானது. பின்னர் பட்டம் மாணவர் பதிப்பில் தொடர்ந்தது. ஆசிரியர் குழு நண்பர் சீதாஜனனி அவர்கள் இப்பணிகளை ஒருங்கிணைத்தார். அவருக்கும், தினமலர் பட்டம் நாளிதழுக்கும் நன்றி.

இந்நூலிற்கு அருமையான முன்னுரையினை வழங்கி உதவியுள்ள தினமலர் பட்டம் ஆசிரியர் திரு.வெங்கடேஷ் அவர்களுக்கும், மதிப்புரை வழங்கியுள்ள உலகறிந்த அறிவியல் எழுத்தாளர் ஆயிஷா நடராஜன் அவர்களுக்கும் மனமார்ந்த நன்றிகள். இத்தொடரை அவ்வப்போது வாசித்து பல ஆக்கபூர்வமான ஆலோசனைகளை வழங்கி உதவிய எமது மதிப்பிற்குரிய ஆசான் திரு.எஸ்.ஜனார்த்தனன் அவர்களுக்கும் நன்றிகள். இந்நூலினை அழகாக அச்சிட்டுக் கொண்டுவரும் பாரதி புத்தகாலயத்திற்கும், அதன் மேலாளர் திரு.நாகராஜன் அவர்களுக்கும் நன்றி. அட்டைப்படத்தினை அருமையாக வடிவமைத்துத் தந்திருக்கும் அருமைத் தோழர் காளத்தி அவர்களுக்கும் மனமார்ந்த நன்றி. ஒவ்வொரு பாகங்களின் கருத்தாடல்களையும் உள்வாங்கி அருமையான படங்களை வரைந்து உதவியுள்ள நண்பர் வாசன் அவர்களுக்கும் நன்றிகள். இந்நூலின் பிழைதிருத்தும் பணியில் உதவியுள்ள எமது பள்ளியின் உதவி ஆசிரியை திருமதி இரா. இரம்யா அவர்களும் நன்றிக்குரியவர்.

பல்வேறு பணிகளுக்கு மத்தியில் எமது எழுத்துப் பணியும் சிறக்க என்னுடன் இணையாய் உழைத்துக்கொண்டிருக்கும் எமது துணைவியார் திருமதி பா.விஜயலட்சுமி அவர்களுக்கும், குழந்தைகள் உலகின் ஆசிரியர்களான எமது மேனாள், இந்நாள் மாணவர்களுக்கும், மகன்கள் மா.வி. கிருஷ்ணகுமார் மற்றும் மா.வி.கிஷோர்குமார் அவர்களுக்கும், மனமார்ந்த நன்றிகள். இறுதியாக ஆனால் உறுதியாக எமது எழுத்துப் பணியைத் தொடர்ந்து அங்கீகரித்துப் பாராட்டி வாசிக்கும் வாசக நண்பர்களுக்கும் மனமார்ந்த நன்றிகள். உடலாளுமன்றத்தின் விவாதங்கள் நம் உடல்நலத்தைக் கூட்ட உதவட்டும்..

என்.மாதவன்,
76, மதூர் கிராமம் மற்றும் அஞ்சல்,
(வழி) எலப்பாக்கம் - 603 201
செங்கற்பட்டு மாவட்டம்.
thulirmadhavan@gmail.com

1

புலம்பல் முரசு போர்முரசு

சிவாவின் அனைத்து உறுப்புகளும் ஓய்வெடுத்தாலும் மூளை ஓய்வெடுக்க யோசிக்க முடியுமா என்ன? தலைமைச் செயலகமாயிற்றே. வேண்டுமானால் சிவா தூங்கும்போது கொஞ்சம் ஆசுவாசப்படுத்திக் கொள்ளலாம். அதிலும் அவனுக்கு ஏதாவது கனவு காணும் மனநிலை வந்துவிட்டால் ஓய்வேது. இப்படியான நிலையிலுள்ள சிவாவின் மூளை, தனது வாட்ஸ் அப்பைத் திறந்தபோது அதிர்ந்தது. ஒவ்வொரு பாகமும் தனித்தனியாக சேட்டில் புலம்பியிருந்தன.

கண்: நல்ல நாளிலேயே சிவா தொல்லை தாங்காது. அதுவும் ஊரடங்கில அப்பப்பா... என்னிக்காவது நேரத்துக்கு தூங்கறானா? எப்பப்பாரு செல்லிடப்பேசியை நோண்டிக்கிட்டு சினிமா பார்த்துக்கிட்டு. என்னால முடியலை.

வாய்: முன்பெல்லாம் ஓயாம பேசுவாங்க. நான் கொஞ்சமா அசைஞ்சு கொடுத்தா போதும். இந்த ஊரடங்கு நேரத்துல பசுமாடுங்க அசைபோடறாப்ல எவ்வளவுதான் அரைச்சு தள்றது. நம்மாலும் முடியாதப்பா!

இரைப்பை: அரைச்சு தள்ளிக்கிட்டேயிருந்தா? நான் எவ்வளவுதான் செரிச்சுத் தள்ளறது. எப்பப்பாரு ஒரு கிண்ணத்தில ஏதாவது வைச்சிக்கிட்டு கொறிச்சிக்கிட்டிருந்தா என்னதான் செய்யறது.

குடல்: அட ஊரைவிட்டு, வீட்டைவிட்டுத் தானே போகக் கூடாதுன்னாங்க. வீட்டை விட்டு வாராந்தா பக்கமா கூட நடக்க மாட்டேங்கறான். நான் எப்படி என்னோட அங்கங்களை அசைச்சு மிச்சம் மீதியை மலக்குடலுக்குத் தள்ளுவது. ஒரே டென்ஷன்பா.

காது: அந்த செல்போனுக்கு ஒரு புளூடூத்தை வாங்கினானே தவிர அதை மின்னேற்றம் செய்து வைக்கறதில்லே. ஊரப்பட்ட அக்கப்போரையும் என்னோட மடல் கிட்ட வைச்சுப் பேசிப்பேசி என்னோட மேற்பரப்பே தீய்ஞ்சிபோச்சி. காது மடல் சூடாவது கூட தெரியாம பேசின கதை பேசினப்படி இருந்தா எப்படி. செவிப்பறை கிழிஞ்சுதுன்னா.. 'காது கேட்காததாகும்.' அப்போ காது கேட்கும் கருவியை வேற தாங்கிப் பிடிக்கணும். பெண்களுக்கு ஜிமிக்கி மாதிரி இவனுக்கொரு காதணிகலன் வந்திடும் போலிருக்கு.

கால்: அட, எந்நேரமும் ஒரே மாதிரியே வைச்சுக்கிட்டா எப்படி எங்க நரம்புகள் இரத்த ஓட்டம் செய்யும். அதைச் சொல்ல நாங்க மரத்துப்போகிறோம். உடனே தையத் தக்க தையத் தக்கனு குதிச்சி ஆர்ப்பாட்டம் பண்றான். எப்பவாவது மின்சாரம் நின்னுபோய் தொலைக்காட்சி, மின்விசிறி நின்னாதான் எழுந்திருக்கேன்றான். நம்மாலேயும் முடியாது.

இப்படியாக உடலின் அனைத்துப் பாகங்களும் வாட்ஸ் அப் சேட்டில் பகிர்ந்திருந்தன. வழக்கமாகவே இவ்வாறான பிரச்சனைகளை உடலாளுமன்றம்தான் தீர்த்துவைக்கவேண்டும். இவர்கள் சொல்வதுபோல் மூளைக்கும் இதயத்திற்கும் கூட பல்வேறு பிரச்சனைகள் இருந்தன. ஆனால், எல்லோரும் கூடிப்பேசும் வாய்ப்பில்லாத வெட்டிமன்றம்தான் இந்த உடலாளுமன்றம். எனவேதான் இந்த வாட்ஸ்அப் குழுவை உண்டாக்கி அதையே குறைதீர்ப்பாயமாக மூளை செயல்படுத்தி வந்தது. இதனை கவனிக்காமல் விட்டாலும் பிரச்சனை முற்றும். உடனடியாக தனித்தனிப் பிரச்சனைகளைத் தீர்க்கும் முகத்தான் மூளை களமிறங்கியது..கீழ்க்கண்ட தகவலை பொதுவாக அஞ்சல் செய்தது.

"உங்கள் குறைகளை அறிகிறோம். ஒவ்வொருவரும் உங்கள் அருமை பெருமைகளை குறைகளை எமக்கு மின்னஞ்சல் செய்வீராக. அனைவரது கோரிக்கைகளையும் வாசித்த பிறகு நல்லதோர் முடிவை உடலாளுமன்றம் எடுக்கும்!"

2

பார்வை அமைச்சகத்தின் பார்வையிலிருந்து...

தலைமைச் செயலாளர் மூளை அவர்களுக்கு,

இந்த மனிதர்கள் அன்பானவர்களை கண்ணே, மூக்கே என்று கொஞ்சுகின்றனரே தவிர, கண்ணைப் புரிந்து காப்பவர்களாயில்லை. இவர்களுக்கு கிடைக்கும் அறிவில் 80% உள்வாங்க நாங்கள்தான் உதவுகிறோம். இவர்களுக்கும் பட்டாம்பூச்சிகளுக்கும் மட்டும்தான் இந்த உலகம் வண்ணமயமானது. மற்ற உயிரினங்களுக்கெல்லாம் கறுப்பு வெள்ளைதான். இதை மனிதர்களுக்கு உரக்கச் சொல்லுவோம்.

சாதாரணமாக வியர்வை என்ற கழிவு விழாமலிருக்க இயற்கை உரோமங்களாலான புருவங்களைக் கொடுத்தால், அதை மழித்துவிடுகின்றனர். இதோடு விட்டார்களா, இமைகளில் வடிகட்டிபோல் இருக்கும் உரோமங்களையும் வெட்டிவிடுகின்றனர். கண்ணை இமை காப்பதுபோல் ஆம்! இவர்கள் இமையைக்கூட எங்கே... அதற்கு வண்ணம் தீட்டுகின்றனர். மொத்தத்தில் அழகான உலகைப் பார்க்க கண்களைக் கொடுத்தால் அதனை எவ்வாறு அழகாக்கலாம் என்று யோசிக்கின்றார்கள்.

ஒருமணி நேரம் கண்களைக் கட்டிக்கொண்டு வாழ்ந்து பாருங்கள், எங்கள் அருமை புரியும். சாதாரணமாக ஒரு பொருளைப்

powder

பார்த்துவிடுகின்றீர்கள். அதற்குப் பின்னால் எங்களின் உழைப்பை அறிவார் யார்? ஒரு பொருளின்மீது படும் ஒளியினை இமையைத் தாண்டியிருக்கும் பகுதியான கார்னியாவை அடைகிறது. அதிலுள்ள ஐரிஸ் வழியாக பியூபல் (அதாங்க பாப்பாவை) அடைகிறது. சரியான அளவிலான ஒளி கண்ணில் நுழைவதை, இந்த ஐரிஸும் அதன் நடுவில் உள்ள பியூபல் எனப்படும் பாப்பாவும் உறுதிசெய்கின்றன. பியூபலின் நடுவில் அமைந்துள்ள சிறிய அளவிலான விழிலென்சின் பணியும் அபாரமானது. இந்த லென்சைச் சுற்றி அமைந்துள்ள தசைகள் கடுமையான உழைப்பாளிகள். அதிகமான வெளிச்சம் கிடைக்கும்போது லென்சை குவித்தும், குறைவான வெளிச்சம் கிடைக்கும்போது விரித்தும், சரியான அளவிற்கு கண்ணில் ஒளி பாய உதவுகின்றனர். இவ்வாறாக வரும் பிம்பம் ரெடினா எனப்படும் விழித்திரையில் விழுகிறது. இதன் பின்னால் இணைப்பிலுள்ள பார்வை நரம்புகள் மூலம் மூளைக்கு தலைகீழாகச் சென்று மூளை அதை சரியாக்கி பார்க்கிறது. ஆதிகாலங்களில் தூரமிருக்கும் விலங்குகளைப் பார்த்து நடந்துகொள்ளவே கண்கள் பயன்பட்டன. ஆனால், இன்றைக்கு அப்படியா! எப்போதும் ஸ்மார்ட் போனை அதிக ஒளியில் வைத்துக்கொண்டு உயிரை வாங்குகின்றனர். இதனால் லென்சுக்கு ஓய்வென்பது எங்கிருந்து கிடைக்கும்.. ஒரு நிமிடத்திற்கு 3லிருந்து 6 முறை இமைக்கவேண்டும். இதனால் எனக்குக் கிடைக்கவேண்டிய திரவம் கிடைக்கும். இதனால் நாங்களும் உயவுத் தன்மையோடு இருப்போம். மேலும் இத்திரவத்திலுள்ள லைசோசோமால் பாக்டீரியா போன்ற நுண்ணியிரிகளிடமிருந்து தப்பிப்போம். ஒவ்வொரு காட்சியையும் காணாததைக் கண்டது போல் பார்ப்போர் எங்கே இமைக்கின்றனர், எது எப்படியோ எங்களைக் கவனமாகப் பார்த்துக்கொண்டால் நல்லது. கொஞ்சம் உயிர்ச்சத்து 'ஏ' நிறைந்த கேரட், மீன், ஈரல், மீன் எண்ணெய், முட்டை, பால், கீரை, முருங்கைக்கீரை போன்றவற்றையும் சாப்பிட்டால் கண்ணாடியையும் காட்ராக்டையும் தள்ளிப்போடலாம்.

இது உங்களது பணியையும் சுலபமாக்கும் என்ற வகையில் ஆவன செய்வீர்கள் என நம்புகிறேன்.

அன்புடன்,

பார்வையிழக்க விரும்பாத பார்வை அமைச்சகம்.

3

கேட்பு அமைச்சகத்தின் கேள்விக்கணைகள்

தலைமைச் செயலாளர் மூளை அவர்களுக்கு,

வெளிப்புறத்திலுள்ள காதுமடல்கள்தான் கேட்பிற்கான சாதனமா? அதில்தான் ஜிமிக்கி போன்ற அணிகலனெல்லாம் மாட்டி அழகு பார்க்கின்றனர். அது தகவலைத் திரட்டும் சாதனம் மட்டுமே. நாங்கள் மூன்று பாகமாகச் செயல்படுவது உலகறிந்த இரகசியம். வெளிப்புறத்தில் மடலும் 3 செ.மீ. குழாயும் உள்ளன. நடுப்புறச் செவியில் செவிப்பறைக்குழியும் மூன்று குறுத்தெலும்புகளும் உள்ளன. உட்செவியில் சங்கு போன்ற அமைப்பைக்கொண்ட காஹ்லியா மற்றும் வெஸ்டிபியுல் ஆகியவற்றால் ஆகியுள்ளோம்... மனிதர்களை சமநிலையைப் பராமரிக்கும் பொறுப்பும் நாங்கள்தான் செய்கிறோம். அதனால்தான் தட்டாமாலை சுற்றுவோர் தலைசுற்றலுக்கு ஆளாகின்றனர். செவிப்பறையின் காற்றழுத்தத்தைப் பராமரிக்கும் ஈஸ்டுஷியன் குழாயும் எங்கள் உறுப்பினரே.

புறச்செவி மூலம் செவிப்பறையை அடையும் ஒலி அலைகள் எமது செவிப்பறையை அதிர்வடையச் செய்கின்றன. இவ்வாறு அதிர்வடையும் செவிப்பறை அதனோடு தொடர்புடைய மூன்று குருத்தெலும்புகளையும் அசையச் செய்கின்றன. இங்குதான் ஒரு அதிசயம்

எங்களோட
அருமையையும் கொஞ்சம்
காதுல போட்டு வையுங்க.

நிகழ்கிறது. அதாவது மனிதர்கள் பெறும் ஒலியானது சுமார் இருபது மடங்கு அதிகமாக்கித் தரப்படுகிறது. இது எவ்வாறு என்றால் மூன்று குருத்தெலும்பில் மூன்றாவதாக இருப்பது கொஞ்சம் அளவில் சிறியதாக இருப்பதுதான். அதாவது கூரான ஆணியில் நாம் செலுத்தும் அழுத்தம் ஒரே இடத்தில் பாய்வது போல்தான். இவ்வாறு கொடுக்கப்படும் அழுத்தம் கோஹ்லியா அமைப்பிலுள்ள திரவத்தை அதிரச்செய்கின்றன. இந்த அதிர்வானது கேட்பு நரம்புகளுக்கு மின்சார சமிக்ஞைகளாக கடத்தப்பட்டு மூளையான நீங்கள் புரிந்துகொள்கிறீர்கள்.

பல்வேறு கேள்விஞானங்களுக்கு வழிவகுக்கும் எங்களை குறை கேட்பார் இல்லாமல் தவிக்கிறோம். இவர்கள் பிறந்ததிலிருந்து இவர்களாகட்டும் அடுத்தவர்களாகட்டும் பேசுகிறார்கள் என்று சொன்னால் அதற்கு இவர்களின் கேள்வி ஞானமே காரணம். எதையும் கேட்காமல் எவ்வாறு இவர்களால் பேச இயலும். எங்களது செவிப்பறையின் அதிர்வளவைப் பற்றி அழகாக வாசிக்கின்றனர். ஆனால் இந்த ஹெட்போனை மாட்டிக்கொண்டு எல்லாநேரமும் கேட்டுக்கொண்டேயிருந்தால் நாங்கள் என்ன செய்வது அதோடு மட்டுமா, கொஞ்சம் ஓய்வு கிடைத்தால் போதும் கையில் கிடைக்கும் எதையாவது எடுத்து என்னில் விட்டுக் குடைகிறார்கள். அது ஒரு ஜஸ்ட் மிஸ்ஸில் செவிப்பறையை நெருங்க நெருங்க செவிப்பறை அலறித்தான் போகிறது. இன்னும் சிலர் பல் சுத்தம் செய்த கையோடு காதையும் சுத்தம் செய்கிறேன் என்று கடைகளில் விற்கும் பஞ்சுகுச்சியை எடுத்துக் குடைகின்றனர். இதற்கான அவசியமே இல்லை. எங்களுக்குள்ளேயே எங்களிடம் சேரும் அழுக்குகளை வெளியேற்றும் வசதி உள்ளது என கொஞ்சம் சொல்லுங்களேன். பொதுவாக உடலுக்குச் சாப்பிடும் ஓமேகா கொழுப்புள்ள உணவுகளையும், பீன்ஸ், பிரக்கோலி, முட்டை, ஈரல், மீன் போன்றவற்றை சமமாக எடுத்துக்கொண்டு எங்கள் கேட்பு சக்தியை தக்கவைத்துக்கொள்ளுமாறு அறிவுறுத்தவும் வேண்டுகிறோம்.

எங்கள் குரல் கேட்கப்படும் என்ற எதிர்பார்ப்புடன்,

கேட்பு அமைச்சகத்தின் உண்மை விஸ்வாசிகள்.

4

மூக்கின் முனகல்கள் - I

அன்புள்ள தலைமைச் செயலாளர் மூளை
அவர்களுக்கு,

மனிதர்கள் அழகாய் இருந்தால் மூக்கும்
முழியுமாக இருக்கிறாய் என்றல்லவா
அழைக்கிறார்கள். அழகுக்கு ஒரு புறமென்றால்
சுவாசத்திற்கு மறுபுறம் எங்களால்தான் நடக்கிறது.
அவ்வளவு ஏன் உணவின் மணம் உணரப்படுவது
எங்களால்தான். பாருங்கள், இது மட்டுமல்ல
குரலை உண்டாக்க கழுத்துப் பாகத்திலுள்ள
குரல்நாண்கள் மட்டும் போதாது. எங்களைச்
சார்ந்த சைனஸ் அமைப்பும்தான் காரணம்.

முதலில் எங்களின் நண்பர்களில் முக்கியமான
சிலரை உங்கள் நினைவுபடுத்திவிடுகிறேன்.
பாருங்கள். உள்முன்னாசி சிறிய முடிகள் கொண்ட
இவர் மனிதர்கள் உள்ளிழுக்கும் காற்றிலுள்ள
கிருமி, தூசி, தும்புகளை வடிகட்டுகிறார்.
அடுத்து இவரைப் பாருங்கள், சங்கு போன்று
மூன்று தடுப்பெலும்புகள் இவரைச் சுற்றி
மென்மையான கோழைப்படலம். இவர்
நான்ஸ்டாப்பாக ஒரு நிறமற்ற திரவத்தை சுமார்
ஒரு லிட்டர் சுரந்தபடி இருக்கிறார்...
வெளியிலிருந்து வரும் காற்றை குளிர்வித்து
அனுப்புவது இவரது பணி. ஒரு வேளை வைரஸ்
போன்ற நுண்ணுயிரிகள் நுழைந்தால் கொஞ்சம்
அதிகமாகச் சுரந்து அவர்களை உண்டு

இல்லையென்று ஆக்கி வெளியேற்றுகிறார்... ஆனால் கிடைக்கும் பேரென்ன? ஒரே சனியன் பிடிச்ச சளியாயிருக்காம். இரண்டு விரல்களால் எங்களைப் பிடித்து பக்குவமாக எங்களது பங்காளிகளை அதாங்க சளியை வெளியேற்ற வேண்டியிருக்கிறது. ஒருவேளை பெரிதான துகள்கள் உள்ளே நுழையும்போது நீரால் மட்டும் முடியாது என்பதால் வெளிப்புற சுவாசத்தையும் பயன்படுத்தி வேகமாக வெளியேற்றுகிறோம், இதுதான் தும்மல். உயிர்காக்கும் தும்மலை இனியாவது புரிந்துகொள்ளுங்கள்! சகுனம் என்றெல்லாம் பிதற்றாதீர்கள். சளி பிடிக்கும்போது சில அறிவாளிகள் உறியோ உறியோ என்று உறிஞ்சி, ஆரோக்கியமாயிருக்கும் எங்கள் படலத்திலும் கேடுகளை உண்டாக்கிவிடுகிறார்கள். இன்னொருவர் அறிமுகத்தை சற்று வித்தியாசமாக செய்வோம்.

யாருடைய கண்களையாவது கட்டிவிடுங்கள். பின்னர் அவரை மூக்கை நன்கு மூடிக்கொள்ளச் சொல்லிவிட்டு, வாயில் ஏதாவது ஒரு தின்பண்டத்தையோ ஆபத்தில்லாத பொருளையோ சேர்க்கச் சொல்லுங்கள். அவர் வெல்லத்தைப் போட்டால் கல்லென்பார். அரிசியைப் போட்டால் சர்க்கரை என்பார். ஆம் அந்த அளவுக்கு ஒரு பொருளை நுகர்வதில் எங்கள் பங்கு அவசியமாகிறது. இதற்குக் காரணம் எங்களின் மேல்பகுதியில் உள்ள நுகர் படலம் (*Oflamatory membrane*). இவர்தான் பொருளின் மணத்தை நுகர உதவிகரமாக இருக்கிறார். இப்படலத்தில் ஏதாவது தொற்று ஏற்பட்டால்தான் மூக்கை அடைச்சிக்கிட்டிருக்கு ஒரு வாசனையும் தெரியலை என்கிறார்கள்.. சரிதான். கொஞ்சம் இருங்கள் இதுமட்டுமா. எங்களது முக்கியமான பணியை சொல்லாமல் விட்டுவிடப்போகிறேன். ஆமாங்க. அதுதான் மனிதர்கள் சுவாசிக்க காற்றை நாங்கதானே இழுத்துவிடறோம். சரி அதற்கு நுரையீரல்காரங்க, மூச்சுக்குழல் காரங்களும் பணியாற்றுகிறார்கள். இருந்தாலும் நாங்கதான் அவங்களுக்கு காற்றை எங்கள் வழியாக அனுப்புகிறோம். மேலோட்டமா சொல்லிட்டேன். சைனஸ் தொந்தரவு ஏன் வருது, குறட்டை ஏன் வருதுன்னு பெரியவங்களையும் கேட்டுத் தெரிஞ்சுக்கங்க. கொஞ்சம் நீளமாவது. தயவு கூர்ந்து கொரோனோ காலத்தை முன்னிட்டு இன்னொரு சேட் அனுமதிக்குமாறு கேட்டுக்கொள்கிறேன்.

அன்புடன்,

சுவாசத்துறை.

5

மூக்கின் முனகல்கள் - II

சேட் நீளமாவுதேன்னு கோபம் வேண்டாம். இந்த கொரோனா காலத்தில் கடைப்பிடிக்கவேண்டிய சில வழிமுறைகளையும் தயவு செய்து, நீங்கள் ஒரு செயல்முறையா அனுப்பிடுங்க.

முதலாவது அதிகபட்சமா கோவிட் - 19 எங்கள் மூலமாதான் பரவுதுனு கெட்ட பெயர் வருது. நாங்க என்ன பண்ணுவது? சாதாரண வைரஸ்களை கோழைப்படத்தில வைச்சே போட்டுத் தள்ளிடறோம். இது ஒரு கொலைகார வைரஸாயிருக்கு. அதனால எங்களால ஒண்ணும் பண்ணமுடியல. கூடுமானவரை புடைப்பாயிருக்கிற பாகத்தை நீவிவிடற வேலையை கொஞ்ச நாளைக்கு விட்டுடச்சொல்லுங்க. அதை மாதிரி குழந்தைகளோட கொஞ்சும்போது மூக்கைப் பிடிச்சு கொஞ்சறது வேண்டாம்.

பொதுவாக எங்களிடம் கைகள் மூலமாகத்தான் வந்து சேருது. அதனால கைகளைக் கொஞ்சம் கட்டிப்போட்டுக்கச் சொல்லுங்க. ஒரே அடிப்படை விதிதாங்க. வெளியிலேயிருந்து ஆட்களோ பொருளோ எது வீட்டுக்குள் வந்தாலும் கொஞ்சநாட்களுக்கு அன்னியர்கள்தான் (foreign body). அதனால எப்பொருளை வீட்டுக்குள்ளே கொண்டுவந்தாலும் எச்சரிக்கையோட கையாளச் சொல்லுங்க. உதாரணமாக ஒரு மளிகைப்பொருள் வருதுன்னா அதைத் தொடும் கையாலேயே பாட்டிலுக்கு மாற்றவேண்டாம். சுத்தமான கையுடைய யாராவது ஒருவர் பாட்டிலைப்

COVID-19

பிடிச்சுக்க, பாக்கெட்டைப் பிரிப்பவர் அந்த பாட்டில் மேல் படாதவாறு மாற்றிவிட்டு அந்த பாக்கெட்டை பாதுகாப்பாக வெளியில் அப்புறப்படுத்திவிட்டு சோப்பு போட்டு உரிய வகையில் கைகளை சுத்தம் செய்துகொள்ளச் சொல்லவும். ஒருவேளை இந்த பாக்கெட்டுகளைப் பிரிக்க கத்தரி, கத்தி பயன்படுத்தினால் அதனையும் சோப்புப் போட்டு சுத்தம் செய்துகொள்ளச் சொல்லவும். இது உதாரணமே. இப்படி எல்லாவற்றையும் கையாளச் சொல்லவும்.

பாவம் ஒரு இடம், பழி ஒரு இடம், என இருப்பதால் கைகள் வைக்கவேண்டிய கோரிக்கையை நாங்கள் வைக்கவேண்டியிருக்கு. இவங்க பாட்டுக்கு ஆடின காலும் பாடின வாயும் சும்மாயிருக்காதுன்னு வசனம் பேசிக்கிட்டு வெளியே போயிக்கிட்டு பாதுகாப்பாயில்லேன்னா என்னென்னவெல்லாம் நடக்குது. இந்த சோதனைன்ற பெயரில் எங்களில் பஞ்சையெல்லாம் வைத்து மாதிரி சேகரிப்பதைப் பாருங்கள், எங்கள் கஷ்டங்கள் புரியும்.

இன்னொரு விஷயம். வெளியே போயிட்டு வரும்போது கையைச் சுத்தம் செய்யும்முன் அழைப்பு மணி, மின்விசிறி ஸ்விட்ச் போன்ற எதையும் தொடவேண்டாம். அப்படியே கண்டிப்பாகத் தொடவேண்டிய சூழலிலும் வலக்கை பழக்கம் உடையோர் இடக்கையாலும், இடக்கைப் பழக்கம் உடையோர் வலக்கையாலும் கையாளவும். இதுபோன்ற நிலையில் எங்களிடம் வரும் கை, தொற்றில்லாத கைகளாக இருக்கவும் வாய்ப்பிருக்கிறது.

கொரோனா காலமாகிவிடவே நாங்கள் எங்களையும் எங்கள் மூலமாக நுரையீரலையும் காக்கும் பொறுப்பில் இவ்வளவு பெரிதாகிவிட்டது. பொறுத்துக்கொள்ளவும். ஊட்டமான உணவையுண்டு எங்களுக்குத் தேவையான சத்துப்பொருட்கள் கிடைப்பதை உறுதி செய்யுமாறும் கேட்டுக்கொள்கிறோம்.

நீளமான எங்களின் நீளமான கோரிக்கையை முன்வைத்து

வாசனை பிடிப்பு மற்றும் முதன்மை சுவாசத்துறை

பின் குறிப்பு: *கோவிட் - 19 பரவிய துவக்க கால கட்டங்களில் பரப்புகள் (Surface) மூலமாக நோய் பரவும் என்ற கருத்து ஆழமாக இருந்தது. இதன் அடிப்படையில் இந்த பாகம் எழுதப்பட்டது. பிந்தைய ஆராய்ச்சிகள் நெரிசல்களிலும், அடைப்பட்ட காற்று புகா அறைகளிலும் ஒருவரோடு ஒருவர் நெருங்கிய தொடர்பில் இருப்பதாலேயே அதிகமாக நோய் பரவுவதை கண்டறிந்துள்ளது.*

6

செய்திகள் வாசிப்பது செய்தி ஒலிபரப்புத்துறை

தலையாய பணியாற்றும் தலைமைச்
செயலாளருக்கு,

தலையாய வணக்கங்கள். 'நாக்குக்கு நரம்பில்லைனு' போகிற போக்கில பேசிடறாங்க. நீங்க நினைக்கிறதைதான் நாங்க பேசறோம். குரல்வளை துணைக்குவருது. எங்களில் எலும்பில்லை என்பது என்னவோ உண்மைதான். எங்களுக்குத்தான் எவ்வளவு வேலைகள். ஒரு பக்கம் பேச உதவ வேண்டியிருக்குது. தமிழ் மொழியின் சிறப்பான மூகரத்தை நாங்கள் எவ்வளவுதான் ஒத்துழைச்சு சொன்னாலும் வாலைப்பலம்னு சொல்லி திட்டுவாங்கறாங்க. இது மட்டுமா இளையோராயிருப்போர் சினிமா திரையரங்கிலும் இன்ன பிற இருட்டையும் நெருங்கும்போது நாங்கள் நடுங்கித்தான் போகிறோம். என்னமா வளைச்சு வளைச்சு விசில் அடிக்கிறாங்க. நாங்க எவ்வளவுக்கெவ்வளவு வளையறோமோ அவ்வளவுக்கவ்வளவுதான் விசில் பிரமாதமா வரும். இன்னொரு பக்கம் எதைப் போட்டாலும் எங்களிடம் அமைந்துள்ள சுவை அரும்புகள் மூலம் (சுமார் 3,000 முதல் 8,000 வரை) உணர்ந்து உங்களிடம் சொல்ல வேண்டியிருக்கு. இதோடு மட்டுமல்ல அகத்தின் அழகு முகத்தில் தெரியும்னு எங்களோட மேல் பகுதியில உண்டாகும் மாற்றத்தை வைத்தே இரத்தசோகை, ஊட்டச்சத்துக்குறைபாடு மற்றும் பல்வேறு நோய்த்தொற்றுகளையும் மருத்துவர்கள்

அல்வா
கடை

கணிக்கின்றனர். ஏதாவது இனிப்பைப் பார்த்தவுடன் உமிழ்நீர் சுரக்குதில்ல, இதுக்குக் காரணம் எங்களிடம் அமைந்துள்ள சுவை அரும்புகள்தான். இவை பொதுவாக இனிப்பை உணர்பவை நுனி நாக்கிலும், கசப்பை உணர்பவை நாக்கின் பின்புறத்திலும், புளிப்பை உணர்பவை நாக்கின் பக்கவாட்டிலும் அமைந்துள்ளனர். ஊறுகாயை சாப்பிடும்போது சப்புக்கொட்டுவது ஏன் என புரிகிறதா?

இதோட பற்கள் பக்குவமாக அரைத்துக்கொடுக்கும் உணவை மெல்ல மெல்ல தொண்டைக்குழிக்குள் தள்ளவேண்டியிருக்கு. சொல்ல மறந்துட்டேன். பாருங்க, உள்ளே இரைப்பையில் செரிப்பதற்கு உதவியாகத் தேவையான உமிழ்நீரையும் சுரந்து கலந்து தள்ளவேண்டியிருக்கு. பாருங்க, எங்க கஷ்டத்தை யாரு கேட்கறாங்க. பலரும் தொலைக்காட்சிக்கு முன்னால் உட்கார்ந்துகிட்டு சகட்டு மேனிக்கு அரைச்சுத் தள்ளிக்கிட்டேயிருக்காங்க. சாப்பிடும் போது சாப்பாட்டில கவனமில்லாததுனாலேயும், பரிமாறுவோர் கவனமில்லாமல் நிறைய பரிமாறிவிடுவதாலும் பலரும் அளவுக்கதிகமான உணவை சாப்பிடறாங்க. அதிலேயும் குழந்தைகள் கேட்கவே வேண்டாம். எப்பப்பாரு வேதிப்பொருட்கள் கலந்த, ஆனால் சுவையாய் இருக்கும் நொறுக்குத் தீனிகளை அரைச்சுத் தள்ளிக்கிட்டேயிருக்காங்க. வெளியிலிருந்து விருந்தாளிகள் வரட்டுமே உப்பிக்கிடப்பது என்னவோ வயிறுதான். ஆனால் உபதேசம் யாருக்கு? உனக்கு நாக்கு நீளமாயிடுச்சு; வாயைக் கட்டுன்றாங்க.. வேண்டுமானால் என்னை வெளியே நீட்டறேன் அளந்து பார்த்துக்கங்க. ஆண்களுக்கு சுமார் 8.5 செ.மீ. பெண்களுக்கு 8 செ.மீ. இருக்கும். இதிலயும் ஆண்களோட நாக்குதான் நீளம். எதைப் பொங்கிப்போட்டாலும் குறை சொல்லிக்கிட்டேயிருக்காங்க போல..

நாங்க, காது, மூக்கு இந்த மூவரும் செய்யும் பணி மனிதகுலத்துக்கு அருமையானது. ஒருத்தரோட ஒருத்தர் தொடர்புடையவங்களாகவும் இருக்கோம். எங்க எல்லோருக்கும் போதுமான ஓய்வையும் பாதுகாப்பையும் உறுதிப்படுத்துங்க போதும். நன்றி!

நயம்படவே உரைக்க விரும்பும்,

செய்தி ஒலிபரப்புத் துறை ஊழியர்கள்.

7

பற்களா? கற்களா?

மதிப்பிற்குரிய தலைமைச்செயலாளர் அவர்களுக்கு

மனிதர்களில் யாரும் உடலின் எந்த பாகம் தவறு செய்தாலும் முதலில் பாதிக்கப்படுவது நாங்கள்தான். பல்லை உடைப்பேன் என்கிறார்கள். இப்போது புரியும் எங்கள் சிரமம். முப்பத்திரண்டு பற்கள்னு பேர். எத்தனை உண்மையானது என்பது அவரவர்களுக்கே வெளிச்சம். எங்களது பணிகள் ஒன்றா இரண்டா. பல் போனால் சொல் போச்சுன்னு சும்மாவா சொன்னாங்க. இப்ப புரியுதா பேச்சுக்கு நாங்கள் எவ்வளவு முக்கியம்னு. நாக்காலும் குரல்வளையாலும் உண்டாக்கப்படும் ஒலிகளை சரியான வகையில் நாங்கள் வெளிவிட்டால்தான் மனிதர்களின் பேச்சும் பாட்டும் இரசிக்கும்.

உங்களுக்கே தெரியும் குழந்தைப் பருவத்தில் பால் பற்கள் முளைக்கின்றன. பிறகு அவை ஒவ்வொன்றாக விழுந்து நிலையான பற்கள் வளர்கின்றன. இந்தப் பல் விழுந்து வளர்வதற்குள் இவர்கள் சும்மாவா இருக்கிறார்கள்? ஆடும் நாங்கள் தாமாகவே விழப்போகிறோம்..எங்களைப் பிடித்து ஆட்டி பிடுங்கி கொடுமைப் படுத்துகின்றனர். பல் விழுந்த இடத்தை நாக்கால் நெம்புகின்றனர். இவையெல்லாம் நல்ல பழக்கங்கள் இல்லை.சுதந்திரமாகும் எங்களை புதைக்கவும் செய்கின்றனர். மற்றவர்கள் காலில்

படாமலிருக்க இது உதவும்தான் என்றாலும், இவர்கள் அதற்கு போடும் பீடிகை கொஞ்சஞ்சமல்ல. இவர்கள் மண்ணில் புதைக்காமல் போனாலும் நாங்கள் வளர்வோம்.

வாயில் போடுவதையெல்லாம் ஒரு அரைவை இயந்திரம் போல் அரைத்துத் தள்ளுகிறோம். நாக்கு அண்ணனும் எவ்வளவோ முயற்சி செய்து பேருந்தின் நடத்துனர் போல தொண்டைக்குழிக்குள் தள்ளிவிடுகிறார். மிஞ்சுவதை நாங்கள் என்ன செய்வது? மனிதர்கள் வாயோ முப்பத்து முக்கோடி பாக்டீரியாக்களின் இருப்பிடம். அவர்களில் பலரையும் உமிழ்நீரிலுள்ள லைசோசைம் என்ற வேதிப்பொருள் கொல்கிறது. மனிதர்களுக்கு வயதாக வயதாக இவ்வேதிப்பொருள் சுரப்பது குறைகிறது. இதனாலேயே வயதானோர்களின் சிலரது வாய் துர்நாற்றம் அடிக்கின்றது.. பெருகும் பாக்டீரியாக்கள் முதலில் கிடைக்கும் உணவை உண்கிறார்கள். பின்னர் எங்கள் அடியில் இருக்கும் சதைப்பகுதியான ஈரை உண்ணத் தொடங்கி பாதிப்படையச் செய்கிறார்கள்.. பாருங்கள், பெயர் என்ன வருகிறது? பல்வலி.

நாங்கள் என்ன கேட்கிறோம். சாப்பிட்டீர்களா. வாயில் கொஞ்சம் தண்ணீரைவிட்டு உணவுத் துணுக்குகளை வெளியே தள்ளுங்கள். அதுவும் குழந்தைகள் செய்யும் கிரிசைகள் கொஞ்ச நஞ்சமல்ல. சாக்லேட் மற்றும் இனிப்புகளை தின்று உள்ளே தள்ளுவது போக எங்களில் ஒட்டிக்கொள்வோரால்தான் எவ்வளவு தொந்தரவு..பாக்டீரியாக்கள் பல்கிப்பெருகி குடியேற பற்களின் மையப்பகுதி கறுப்பாய் சொத்தை பிடிக்கிறது. இவை சாதாரணமாக இருக்கும்போது அடைத்துவிட்டால் பரவாயில்லை. இல்லையென்றால் வேர் வரை சென்று பலவீனப்படுத்துகிறது. நாங்கள் மிகவும் மென்மையானவர்கள். எங்களிடையே ஏதாவது மாட்டிக்கொண்டால் பக்குவமாக எடுங்கள். கம்பியை விட்டெல்லாம் நெம்பவேண்டாம். கூச்சப்படுவது நாங்கள் பலவீனமாவதன் அடையாளம். எங்கள் பாகங்களைச் சொல்லி என்ன பயன். எப்படியிருப்பினும் எங்களை எங்களுக்கான மருத்துவர்கள் பட்டி தட்டி டிங்கரிங் பார்ப்பார்கள். நிரந்தரமானதே என்றைக்கும் அழகு. எங்களை பராமரிக்க அறிவுரை கூறுங்கள். நாங்கள் நிரந்தரமாயிருக்க கற்கள் அல்ல என்பதை மட்டும் நினைவுபடுத்துங்கள். பிழைத்துப்போகிறோம்.

ஆர்வமாய் உங்கள் அறிவுரைகளை எதிர்நோக்கும் அரைவைத்துறை.

8

"தொண்டை" மண்டல சகாக்கள் - I

மாண்பமை தலைமைச் செயலாளரே,

ஒரு நகரத்தின் குறுக்குச் சந்து போலுள்ள என் வழியாகத்தான் நாங்கள் எத்தனை வேலைகளை செய்யவேண்டியுள்ளது. நீங்களே பாருங்கள்! மூச்சுக்குழலும் உணவுக்குழலும் அடுத்தடுத்து நெருக்கமாக ஒரே இடத்தில் அமைந்துள்ளன. இத்தனித்தனி குழாய்கள் வழியாகத்தான் காற்றும் போகவேண்டும். உணவும் போகவேண்டும். இதற்கிடையே பேச்சினை உண்டாக்கும் குரல்வளையும் இடையில் விழித்துக் கொண்டிருக்கிறது.. ஒரு ட்ராபிக் காவலர் போல எமது நண்பர் எபிக்ளோடிஸ் (ஒரு வால்வ் போன்றவர்) செயல்படுவது எவ்வளவு சிரமம் தெரியுமா? அதாவது சாப்பிடும்போது மூச்சுக்குழாயை மூடி உணவுக்குழாயைத் திறக்கிறார். பின்னர் நாம் அடுத்த வாய் எடுத்துப் போடும்வரை மூச்சுக்குழாயை திறந்துவைக்கிறார். இவ்வாறு சுவாசமும் தடைபடாமல் உணவும் செல்வதற்கு இவரே துணைபுரிகிறார். எவ்வளவு கடினமான செயல் பாருங்கள்.

சாப்பிடும் நேரத்தில் இவர்கள் படுத்தும் பாட்டை யாராவது கண்டிக்கிறீர்களா? ஒரே நேரத்தில் சாப்பிட்டுக்கொண்டும்

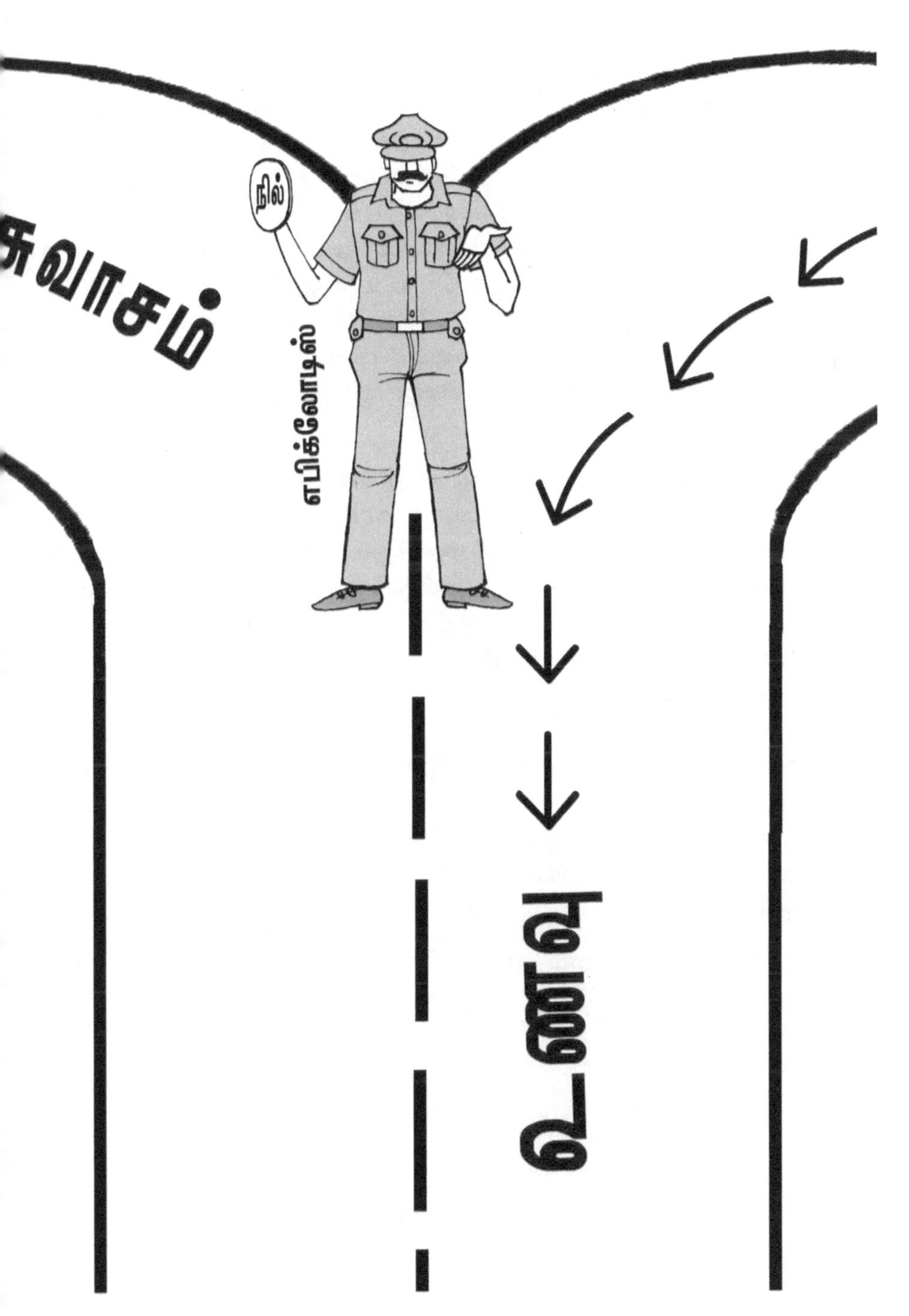

சுவாசம்
நில்
எபிக்லோடிஸ்
உணவு

பேசிக்கொண்டும் அல்லவா இருக்கிறார்கள். இதே நேரத்தில் சுவாசமும் நடைபெறவேண்டுமல்லவா? எவ்வளவு கவனமாக செயல்பட்டாலும் சில நேரம் உணவுத் துணுக்குகள் காற்றறையை நோக்கிச் செல்ல தலைப்பட்டுவிடுகிறது. விடுவோமா, உடனே ஒரு ஆக்ரோஷமான கோபத்தை வெளிப்படுத்தி வெளியேற்றுகிறோம். இதனையே 'புரையேறுதல்' என்கிறார்கள். இவ்வாறு நடக்கையில் மூக்கினை அடைத்துவைக்க உதவும் உள்நாக்கானவரும் (Uvula) மெய் மறந்துவிட்டால் கேட்கவே வேண்டாம். ஒரு சைக்கிள் கேப்பில் மூக்கையும் அடைய மக்கள் கண்ணீரும் கம்பலையுமாகிறார்கள். இவர்கள் யார் சாப்பிடும்போது பேசச்சொல்வது இந்த பாட்டுக்கு ஆளாகச் சொன்னது..

பரதநாட்டியம் ஆடுவதிலிருந்து யோகா செய்வோர் வரை எங்களது இருப்பை என்னமா காட்ட முயற்சிக்கிறார்கள்.. தலையையும் உடலையும் இணைக்கும் நாங்கள் இருக்கும்போதே பலரையும் முண்டம் என்று திட்டுகின்றனர். முண்டம் என்றால் தலையில்லாதோரைக் குறிப்பது என்ற யோசனைகூட இல்லாமல் பேசுகிறார்கள்.. ஒன்றை மட்டும் அவர்களுக்கு உணர்த்துங்கள். பற்களால் மெல்லப்பட்டு நாக்கால் தள்ளப்பட்டவுடன் உணவு ஒன்றும் இரைப்பையை அடைந்துவிடுவதில்லை. இடையில் நாங்கள் எங்களது பகுதியிலுள்ள உணவுக்குழாயின் சுருங்கி விரியும் தன்மையின் மூலமாகத்தான் பக்குவமாக இரைப்பையை அடைகின்றோம். எங்களில் பலரை சரியாக அறிமுகப்படுத்தாததால் எங்களுக்கும் இன்னொரு சாட் அனுமதிக்க வேண்டுகிறோம்.

தங்களின் உண்மை விசுவாசிகள்,

தொண்டை மண்டல சகதர்மர்கள்.

9

"தொண்டை" மண்டல சகாக்கள் - II

அன்புள்ள தலைமைச் செயலாளரே,

எங்கள் குறை எவ்வளவு நீட்டினாலும் முடியாதது. இருப்பினும் குரல் தொடர்புடைய விஷயங்களை நாங்கள் சொல்லித்தான் ஆகவேண்டும். ஆண்கள் குரல் இனிதா பெண்கள் குரல் இனிதா என்று பட்டிமன்றங்கள் கூட நடக்கின்றன. குழந்தைகளாக இருக்கையில் இரு பாலருக்கும் குரலில் அவ்வளவு மாற்றம் இருப்பதில்லை. சிறுமியரின் உடலமைவில் அவர்களது குரல்நாண்கள் பதின்பருவத்திற்கு பின்னும் வளர்வதோ விரிவதோ இல்லை. இதனால் அவைகளால் நன்கு அதிர்வுகளை ஏற்படுத்தமுடிகின்றது. எனவே சந்தேகமே வேண்டாம். பெண்கள் குரலே மென்மையானது. ஆனால், ஐஸ்கிரீம் போன்ற பொருட்களைச் சாப்பிட்டு ஒவ்வாமை ஏற்பட்டால் அவர்கள் குரலும் தடித்து ஆண்குரல் போல் ஆகும். உண்மையைச் சொல்லிவிடுகிறோம். பெண்பாவம் பொல்லாதது இல்லையா!

தொண்டை தொடர்பாக குழந்தைகளுக்கு ஏற்படும் இன்னொரு பிரச்சனை டான்சில் வீக்கம் ஆகும். அடிப்படையில் டான்சில் என்பது ஒருவகை நிணநீர் சுரப்பி. இவர்கள் எமது உள்நாக்குக்கு இருபுறமும், நாக்குக்கு அடியிலும், மூக்குக்குப் பின்னாலும் அமைந்துள்ளனர். ஒரு

அய்யோ!
குரல் கர்ண கொடூரமா
இருக்கே?
உஉ...ல்லல்லாா....

காப்பாளர் போல அந்நியர்களை அறிந்து சொல்வோர் இவர்கள். இன்னும் புரியும்படி சொன்னால் நாம் சாப்பிடும் உணவுப்பொருளில் ஏதாவது பாக்டீரியா, வைரஸ் போன்ற அந்நியப் பொருட்கள் சேர்ந்து செல்லுமேயானால், அதன் ஒரு மாதிரியினை மூளைக்கு அனுப்பி, தலைவரே இவங்க எல்லாம் உள்ளே போய்க்கிட்டிருக்காங்க என்று சொல்லும் ஒரு பங்காளி. அவ்வாறு சொன்னவுடன் மூளையானது எதிர் உயிரியை உண்டாக்கும் பணியை முடுக்கிவிடும்.

சரி... இது நல்ல வேலையைத்தானே செய்கிறது. குழந்தைகளுக்கு ஏன் இதனால் தொந்தரவு வருகிறது என நீங்கள் கேட்கலாம். என்ன செய்வது அந்நியர் தொடர்பான ஆராய்ச்சியில் டான்சில்களிடம் வரக்கூடிய அந்நியர்கள் பலம் வாய்ந்தவர்களாக இருந்தால் இவர்களை ஒரே அடியாக போட்டுத் தள்ளிவிடுகிறார்கள். இதனால் அதிக பாதிப்பு ஏற்பட்டு வீங்கி வலிக்கத் துவங்குகிறது. இந்நிலையில் மருந்து மாத்திரையால் சில நேரம் குணமாகும். அவ்வாறு ஆகாமல் நாட்பட்டதாகிவிட்டால் இதனை அகற்ற மருத்துவர்கள் பரிந்துரைக்கின்றனர். ஆனால், இவ்வாறு அகற்றுவது நல்லதல்ல என்று மருத்துவர்கள் பரிந்துரைக்கின்றனர். ஆனால், ஒரு ஆறுதலான விஷயம். குழந்தைப் பருவம் வரை மட்டுமே இவர்களால் அதிக உபயோகம். வயது முதிர்ந்தவுடன் உடலின் மற்ற நிணநீர் சுரப்பிகள் வலுப்பெற்றுவிடுவதால் கவலையில்லை. இருந்தாலும் அதிக அளவில் குளிர்ச்சியான பொருட்களை தொடர்ச்சியாகவே சாப்பிட்டு டான்சிலில் தொற்றை அதிகப்படுத்தி அவர்களுக்கு கட்டாய ஓய்வு கொடுப்பதும் நல்லதல்லதானே.

எங்களுக்கு எங்கள் பணி மட்டுமல்ல உணவகங்களில் மாஸ்டர் போல அனைத்தையும் கவனிக்க வேண்டியுள்ளது. எந்த வேலையை நாங்கள் செய்கிறோமோ அதில் முழுமையான கவனத்தைச் செலுத்த உதவுமாறு கனிவுடன் கேட்டுக்கொள்கிறோம். இல்லையென்றால் நாங்கள்தான் சவுண்டு பார்ட்டியாயிற்றே எங்கள் வேலையைக் காட்டிவிடுவோம். அப்புறம் எங்களை நொந்து பயனில்லை.

மக்களுக்கு நேர்கொண்ட பார்வை அளிக்கும் இடத்தில் இருக்கும் எங்கள் கோரிக்கைகள் பரிசீலிக்கப்படும் என்ற ஆவலுடன்,

தீர்வை நோக்கி கழுத்தை நீட்டும்,

தொண்டை மண்டல சகதர்மர்கள்.

10

அறிஞரா? புகைஞரா?

மூச்சுவிட நினைவுப்படுத்திக்கொண்டேயிருக்கும்
மூலமாகிய தலைமைச் செயலாளரே,

கொரோனா காலமாயிருப்பதால் எங்களுக்குரிய சிக்கல்கள் கொஞ்சநஞ்சமல்ல. கைகளும், மூக்கு எவ்வளவு கவனமாயிருந்தாலும் எங்கள் ஜோதியில் கோவிட் - 19 கலந்தால் கொண்டாட்டம்தான். நாங்கள் எவ்வளவு பரிதாபகரமாகப் பராமரிக்கப்படுகிறோம் என்பதைப் பாருங்கள் புரியும். இவர்களுக்கு ஒரு நிமிடத்திற்கு படுத்திருந்தால் சுமார் 9 லிட்டரும், உட்கார்ந்திருந்தால் 18 லிட்டரும், நடந்தால் 27 லிட்டரும், ஓடினால் 56 லிட்டர் காற்றும் தேவையாயிருக்கிறது. இவர்கள் என்ன சொன்னாலும் நாங்கள் செய்யப்போகிறோம். எங்களை முறைப்படி இயக்காமல் எங்களை பயன்படுத்தாமல் இருந்துவிட்டு, ஒவ்வாமை, ஆஸ்துமா போன்றவைகளால் பாதிக்கப்படும்போது அளவுக்கதிகமாக உழைக்கச் சொன்னால் எப்படி எங்களால் முடியும்? எதிர் உயிரியே இல்லாமல் நாங்கள் கொரோனாவுடன் படும் பாடு கொஞ்சநஞ்சமல்ல.

நாங்கள் செயல்பட போதுமான அளவு சுருங்கி விரிவது அவசியம்தானே. பலரும் இருக்கும் இடத்தைவிட்டு எங்கே நகர்கிறீர்கள். நாங்கள்

தவறு
சரி

சுருங்கிவிரியும் கொண்டாட்டத்தையும் சொல்லிவிடுகிறேன். மார்பறையையும், வயிற்றறையையும் பிரிக்கும் பகுதியில் உதரவிதானம் என்ற சவ்வு உள்ளது. இந்த சவ்வு கீழ்நோக்கி விரியும்போது நாங்கள் விரிகிறோம். வெளியிலிருந்து ஆக்சிஜன் கலந்த காற்று உள்ளே வருகிறது. அதே போல இந்த சவ்வு சுருங்கும்போது நாங்கள் மேலே அழுத்தப்பட்டு எங்களிடம் சேகரமாயிருக்கும் கார்பன்-டை ஆக்சைடு சேர்ந்த காற்றினை வெளிச்சுவாசம் மூலம் வெளியே அனுப்புகிறோம்.

எங்களை காற்று அடையும் வழிமுறைகளை யோசியுங்கள். மூக்கின் வழியாக அதாவது கோழைப்படலம் வழியாகவும் மூக்கிலுள்ள முடிகள் வழியாகவும் சுத்தப்படுத்தப்பட்டு தொண்டைப்பகுதியிலுள்ள இன்னொரு கோழைப்படலத்தால் சுத்தப்படுத்தப்பட்டு அக்மார்க் ஆக்சிஜன்? சுவாசக்குழல் வழியாக எங்களை அடைகிறது. மரத்தைக் கவிழ்த்துப்போட்டது போல இரு பிரிவுகளாக இருப்பவை எங்களது உட்சுவாசக்குழல். இந்த உட்சுவாசக்குழல்கள் மேன்மேலும் கிளைக்குழல்களாகப் பிரிந்து கடைசி அங்கமான நுண்காற்றறைகளை (ஆல்வியோலை) என்ற பகுதியை அடைகிறது. இப்பகுதிதான் இதயத்திலிருந்து வரும் இரத்தத்திலிருந்து கார்பன்-டை ஆக்சைடை பிரிக்கும் மற்றும் ஆக்சிஜன் நிரம்பிய இரத்தத்தினை மீண்டும் இதயத்திற்கு அனுப்பும் செயல்புரிகின்றனர்.

நாங்கள் நலத்துடன் இருக்க, ஒரு நாளில் குறைந்தபட்ச நேரமாவது எங்களை உற்சாகப்படுத்தும் விதமாக மூச்சிரைக்க ஓடச்சொல்லுங்கள். அல்லது இன்னபிற மூச்சுப் பயிற்சிகளை செய்யச் சொல்லுங்கள் எங்களில் பல அறைகள் பூத் பங்களா போல பூட்டிக்கிடக்கும் நிலையில் வைக்கச் சொல்லாதீர்கள். நகர்ப்புறத்திலிருக்கும் மாசடைந்த காற்றை சுவாசிப்பதையும், புகைப்பதையும் தவிர்க்கச் சொல்லுங்கள். அறிஞர்களாக வாழச் சொல்லுங்கள். புகைஞர்களாக வேண்டாம்.

இயங்கும் ஆர்வத்துடன்,

உண்மை சுவாசிகள்.

11

ஏப்பம் விடு தூது!

மாண்பமை தலைமைச் செயலாளர் அவர்களுக்கு,

உண்மையில் ஹைட்ரோ குளோரிக் அமிலத்தைச் சுரக்கும் எங்களுக்கு எவ்வளவு எரிச்சலாக இருக்கவேண்டும். எங்களிடையே உள்ள கோழைப்படலமானது (Mucous layer) நாங்கள் அவ்வாறு புலம்பாமல் காக்கிறது. ஏப்பம் விடுவது எங்கள் தவறா என்ன? நாங்கள் பசியோடிருப்பதை தெரிவிக்கவும், நிறைய நீங்கள் சாப்பிட்டுக்கொண்டிருப்பதையே நாங்கள் ஏப்பமாய் தெரிவிக்கிறோம்.

நாங்கள் வயிற்றின் மேற்புறம் கொஞ்சம் இடது புறமாக ஒரு பேரிக்காய் போல இருக்கிறோம். உணவில்லாத போது ஒரு பலூன் மாதிரி காற்றில்லாப்பைதான். உணவுக்குழாய் எங்களில் வந்துதான் முடிகிறது. உணவுக்குழாய் எங்களோடு இணையும் இடத்தில் ஒரு வால்வு உள்ளது; எங்களில் காற்று நிரம்பாமல் காக்கிறது. இதையும் மீறி நிரம்பும் காற்றே வெளியேற்றப்படும்போது ஏப்பமாகிறது.

ஒரே நேரத்தில் சுமார் இரண்டரை லிட்டர் உணவுக்கூழை கையாள்கிறோம். நொறுங்கத் தின்றால் நூறு வயது. ஹூம்க்கும் யார் மென்று சாப்பிடுகிறார்கள். ஒண்ணும் பாதியுமாக

ஏவ்வ்……

கேட்டீர்....

அரைத்துத் தள்ளுகிறார்கள். இதனால் எங்கள் செரிமான வேலை எவ்வளவு சிரமமாகிறது.   தெரியுமா?

உணவுக்குழாய் மூலம் அனுப்புவதை மேலும் கூழாக்குகிறோம். எங்களிடம் சுரக்கும் ஹைட்ரோ குளோரிக் அமிலம் மற்றும் பெப்சின் கலந்து அதிலுள்ள புரதங்களை உடைக்கிறோம். இரைப்பையைக் குப்பைத் தொட்டியாய் நினைத்து நீங்கள் எப்போதும் வீசிக்கொண்டிருக்கிறீர்கள். குறிப்பிட்ட நேரத்தில் எங்கள் பணியாற்றி முடிக்கும் அளவுக்கு சாப்பிடுங்கள்.. பல நேரம் இவர்கள் வயிறு முட்டச் சாப்பிடுகிறார்கள். விளைவு அதிக இரத்த ஓட்டத்தை   பணி செய்ய நாங்கள் எடுத்துக்கொள்கிறோம்.. அப்போதும் உங்களுக்கு வரவேண்டிய இரத்த ஓட்டம் குறைவதால் கொஞ்சம் கண் அசர்கிறீர்கள். இதற்கு 'உண்ட மயக்கம் தொண்டனுக்கும் உண்டு' என பழமொழி வேறு தயாரித்துவிட்டார்கள். நம் நண்பர்களிலேயே எங்களுக்கு மட்டும்தான் ஓர் நாளில் குறிப்பிட்ட நேரங்களில் மட்டுமே வேலை. அப்படியே நாங்கள் பணி செய்ய இவர்களுக்கு அறிவுறுத்த வேண்டுகிறோம். என்னது சாப்பாடு எங்கே போச்சா... குடலில் இருக்கு. அவர் அடுத்து வருவார்!

சுமையற்று சுகமாய் பணிபுரியத்துடிக்கும்,

இரைப்பை தூதுவர்கள்.

12

சத்தைப் பிரிப்போர் சங்கம்

மண்டையோட்டு வாசி மகாசெயலருக்கு,

உறுமுது பொறுமுழுதுன்றீங்க. ஒண்டுக்குடித்தனம் மாதிரியான அறையில் அடங்குங்க புரியும். எண்சாண் உடம்புக்கு சிரசே பிரதானமாம். என்னங்க கதையாயிருக்கு. ஒருநாளில் எட்டுமணி நேரத்துக்கு மேல உழைக்கறோம் சும்மாயில்லை. நாங்க இல்லைன்னா இவங்களுக்கு சத்துக்கள் ஏது? மொத்தத்திலே சிறுகுடல் பெருகுடலாகிய நாங்க உழைக்கலைன்னா எங்களிடம் வரும் இன்கமிங் எல்லாம் அவுட்கோயிங் ஆகாது நின்னுபோகும்; நினைவிருக்கட்டும்னு சொல்லுங்க.

ஆட்களுக்கு ஏற்ப எங்க நீளம் அமையுது. சிறுகுடல் நாங்க சுமார் 20அடி நீளமாயிருக்கோம். எங்களைச்சுற்றி சுமார் 5 அடி நீளமுள்ள பெருங்குடல் அண்ணாச்சியும் இருக்காங்க. நாங்கள் இருவரும்தான் செரித்தலை முழுமை செய்கிறோம். பார்த்தீங்களா, நீளம் அதிகமானவங்க சிறுகுடலான்னு அரசியல் பேசாதீங்க! எங்களோட விட்டம் குறைவாயிருப்பதால் எங்களை அப்படி கூப்பிடறாங்க. நாங்கள் ஏன் உறுமுகிறோம் என்பதை கடைசியில் சொல்கிறோம். செரித்தல் என்பது எங்களில் முழுமையடைந்தாலும் மனிதர்கள் சாப்பிடும்போதே அது தொடங்குகிறது. உணவை அரைக்கும்போது கலக்கும்

கழிவறை

உமிழ்நீரிலுள்ள அமிலேசு மாவுப்பொருட்களை உடைக்க ஆரம்பிக்கிறது. பின்னர் இரைப்பையும் 2 மணி நேரத்தில் எங்களிடம் தள்ளிவிடுகின்றனர். சுமார் 3 முதல் 8 எட்டு மணி நேரம் நாங்கள் இருவரும் உணவுக்கூழை ஒருவழியாக்குகிறோம்.. ஒண்ணுமே எழுதாத பேப்பரில் மதிப்பெண் போட முயலும் ஆசிரியர் போல் நீங்கள் எதை சாப்பிட்டாலும் அதிலுள்ள சத்துக்களை உறிஞ்சி இரத்தத்தில் சேர்க்கிறோம். உண்மையில் சிறுகுடலாகிய நாங்கள் மூன்று பிரிவாகச் செயல்படுகிறோம். முதல் பிரிவாகிய முன்சிறுகுடல் (duodenum) நடுசிறுகுடல் (jejunum) பின்சிறுகுடல் (ileum). எங்கள் தலைக்கு மேல் தொங்கும் கணையம், பித்தப்பை, கல்லீரல் இம்மூன்றும் சுரக்கும் பித்தநீர், கணையநீர் ஆகியவற்றின் துணையோடு உணவுப் பொருட்களிலுள்ள சத்துப் பொருட்களைப் பிரித்தெடுப்பதுதான் எங்களது முக்கியப்பணி. பிரித்தெடுக்கப்படும் சத்துக்களை எங்கள் குடல் உறுஞ்சிகள் (villi) அமைப்பு அதாவது விரல் மாதிரி இருப்பாங்க. அவங்க இரத்தத்திலே சேர்க்கிறாங்க. அளவுக்கதிகமாக இருக்கும் சத்துக்கள் கொஞ்சம் கல்லீரலிலும் சேரும்.

இப்படி எங்களில் ஒரு வழியாகும் உணவுக்கூழ் பெருங்குடலிடம் செல்கிறது. அவர் வேலை இன்னும் கஷ்டம். சுமார் 8 லிட்டர் தண்ணீரோட சேர்ந்த கூழை நாங்கள் அனுப்பறோம். அதிலிருக்கற சில உப்புகளையும் தண்ணீரையும் பிரித்தெடுத்து உடலில் தக்கவைத்து சக்கைகளை மட்டும் அடுத்த நாள் இறக்குமதிக்கு மலக்குடலுக்கு அனுப்பறாங்க. இதில் இவங்க ஆகாததைத் தின்னு வைச்சு அதிலிருக்கும் பாக்டீரியா போன்ற கிருமிகள் பல நேரம் பெருகுடலில் ஒவ்வாமை ஏற்படுத்திடறாங்க. அப்பதான் அண்ணன் கோபமாயிருக்கார். போயிடு போயிடுன்னு தண்ணீரோடு வெளியேறிடறாங்க. இதனாலதான் வயிற்றுப்போக்கு ஏற்படுது.. எவ்வளவு நீளமாயிருந்தாலும் எவ்வளவு படை எங்களிடம் இருந்தாலும் எங்களுக்கும் சுகாதாரமான பக்குவமான உணவை அனுப்பச் சொல்லுங்க. அது எங்களுக்கும் நல்லது, அவங்களுக்கும் நல்லது.

சிறுசோ பெரிசோ ஒற்றுமையாய் செயலாற்றும்,

குடல் விளக்கம் செய்யும் ஊழியர்கள்.

13

அசராமல் பணியாற்றும் அசகாய சூரர்கள்!

குடலார் புராணம் பார்த்தேன். என்னமோ எட்டு மணி நேரம் உழைக்கறோம்னு பெரிசா அலட்டிக்கறாங்க. நினைவிருக்கட்டும் எங்களில் சுரக்கும் பித்தநீரும் கணையம் கொடுக்கும் கணைய நீருமில்லாமல் அவர்களால் செயல்படமுடியுமா. என்ன? கல்லீரலான நாங்கள் சுமார் 1.4 லிருந்து 1.6 கிலோகிராம் எடையில் உள்ளோம்.. யாம் ஆற்றும் 500க்கும் மேற்பட்ட கடமைகள் கல்வெட்டிலும் காலி ஏட்டிலும் பதியப்படவேண்டியவை. உணவுத்துகளிலுள்ள கொழுப்புச் சத்துக்களைப் பிரிப்பதில் நாங்கள் சுரக்கும் பித்தநீரின் பங்குதான் முக்கியமானது. அதுபோலவே இரத்தத்தை உறையவைக்கும் வைட்டமின் கே, உள்ளிட்ட ஏ, டி வைட்டமின்களையும் நாங்கள்தான் பாதுகாத்து வைக்கிறோம். மேலும் இவங்க சாப்பிடற உணவில அதிகமாயிருக்கற சத்துக்களை கிளைகோஜின் என்கிற கொழுப்பாய் சேர்த்துவைக்கிறதும் நாங்கதானே. அவசரகாலத்தில் இதனைப் பயன்படுத்துகிறோம். எங்களில் அதிகமாக சேரும் கொழுப்பை நாங்க தொடைக்கும் இடுப்புக்கும் தள்ளுவோம். ஆனால், எப்பப்பார்த்தாலும் அதிகமாகவே கொழுப்பு சேர்ந்துகிட்டு இருந்தா அது அவங்களுக்கு நல்லதில்ல. கொழுப்புபிடிச்ச

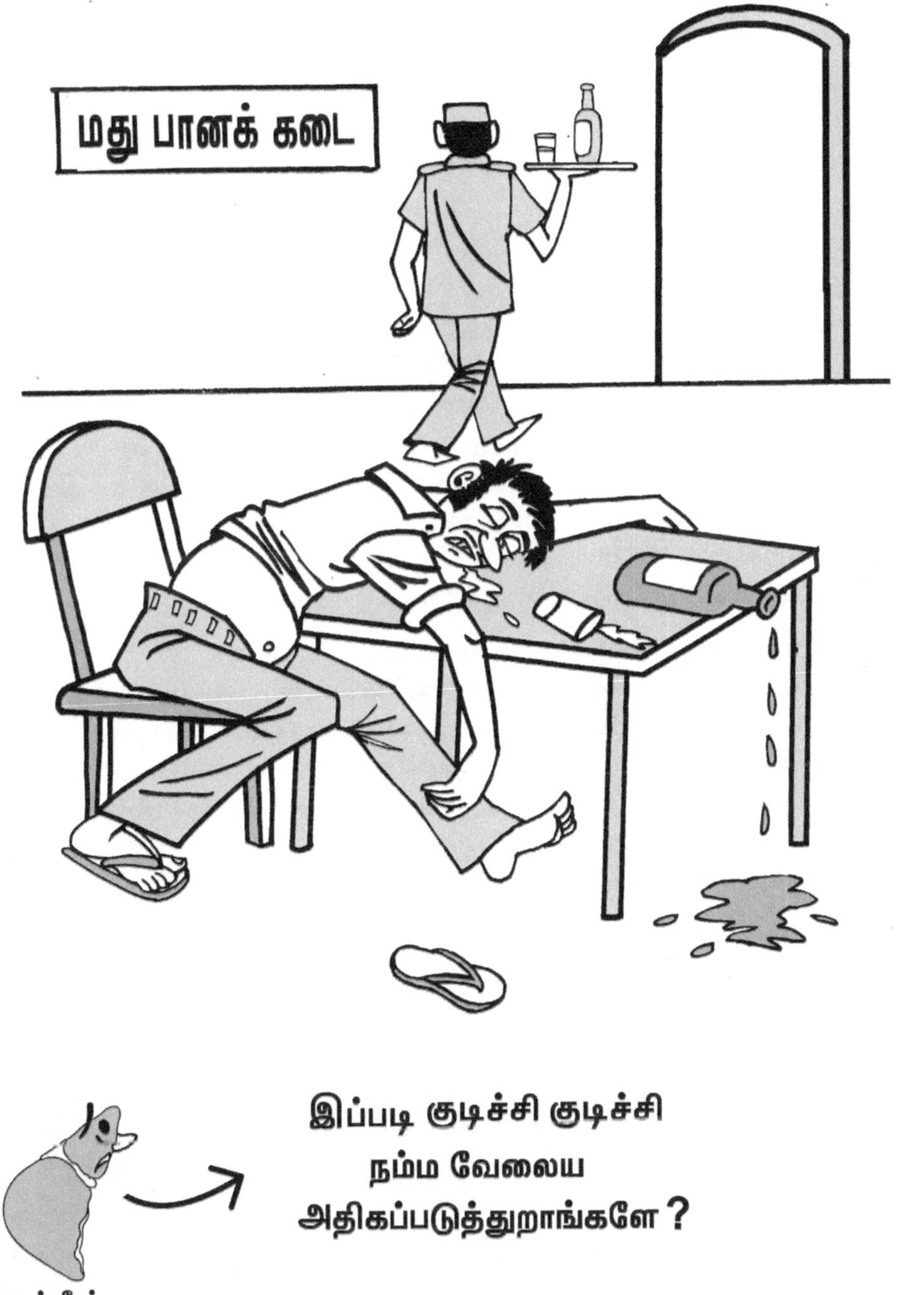

இப்படி குடிச்சி குடிச்சி
நம்ம வேலைய
அதிகப்படுத்துறாங்களே?

கல்லீரல்னு டாக்டருங்க பேரு கொடுத்திடுவாங்க.. இப்படி எங்களில் அதிகம் கொழுப்பு சேர்வது எங்களோட செயல்பாட்டை பாதிக்கும். அதனால கொழுப்பு சத்துள்ள உணவை அளவாக சாப்பிடச் சொல்லுங்க. கொஞ்சம் உடற்பயிற்சி பண்ணச்சொல்லுங்க. கொழுப்பை நாங்க எரிச்சிடுவோம்.

செல்களின் வளர்சிதை மாற்றத்திற்கும் நாங்களே காரணம். இந்த செயல்பாட்டில் இறந்துபோன சிவப்பணுக்களிலிருந்து பிலிரூபின் என்ற கழிவுப்பொருளின் ஒரு பகுதியை நாங்கள் நீக்குகிறோம். எங்களிடமிருந்து முன்சிறுகுடலுக்குச் செல்லும் பித்தநீருடன் பிலிரூபின் கலந்துதான் செல்கிறது. எங்களை டென்ஷனாக்கி எங்க செயல்பாடுகளை பாதிச்சா நாங்க பித்தத்தில பில்ரூபின் என்ற வேதிப்பொருளோட அளவின் சேர்க்கையை குறைக்க முடியமமாட்டேங்குது. இப்படி இது இரத்தத்தில் சேரும்போதுதான் மஞ்சள் காமாலை நோய் உண்டாகுது. இப்படிப்பட்ட நேரத்திலதான் மருத்துவர்கள் கீழாநெல்லி சாப்பிடச்சொல்றாங்க.

கொஞ்சம் தலைவலிச்சிடக்கூடாது உடனே கடையில் கண்ட கண்ட மாத்திரைகளையும் வாங்கி விழுங்கிடாறாங்க. அதெல்லாம் முதலில் எங்ககிட்டதான் வரும். அதுமட்டுமில்லங்க. உடம்புக்குள்ள புதுசா எந்த வேதிப்பொருள் வந்தாலும் நாங்க பார்த்துட்டு சீராக்கித்தான் இரத்தத்தில கலக்கவிடுவோம். அதுவும் மது போன்ற பொருட்களை தினமும் கொடுத்து சீராக்கச் சொல்வது சரியா?

இவங்க எங்களைப் படுத்தறபாடு கொஞ்சநஞ்சமல்ல. ஆனா என்ன ஒண்ணு, நாங்க எவ்வளவு அடிச்சாலும் தாங்கும் நல்லவங்க. எங்களில் மூன்றில் ஒருபாகம் சீராக வேலை செய்தால்கூட 3 அல்லது 4 மாதங்களில் முழுமையாக வளர்ந்துவிடுவோம். அதனாலதான் இவங்க காலம் ஓடிக்கிட்டிருக்கு. அறிவியல் கல்லீரல் மாற்று அறுவை சிகிச்சையை சாதிச்சிருக்கு. அதனால எல்லோரும் கெடுத்துக்கிட்டுப் போகவேணாம்தானே!

என்றும் தங்கள் சேவையில்,

வேதிப்பொருள் தயாரிப்பு பராமரிப்புத்துறை.

14

கணையத்தின் கணைகள்

நகரங்களிலும் கிராமங்களிலும் காலையிலும் மாலையிலும் மூச்சிரைக்க ஓடறாங்க. இவர்கள் நன்கு வியர்வை வர கையையும் காலையும் ஆட்டிக்கிட்டு ஓடுறது நல்லது; ஆனால் பலர் ஊரப்பட்ட மக்களையும் சேர்த்துக்கிட்டு ஊர்வலம் மாதிரி ஆடி அசங்கிக்கிட்டுப் போகறாங்க. இது நல்லதில்லை. எப்படியாவது போயிட்டு போங்க. இவங்க எல்லாம் கணையம் என்னும் எங்க செயல்பாட்டில ஏற்படும் குறைப்பாட்டால உண்டாகுதே நீரிழிவுநோய், அது அதிகமாகம பராமரிக்கத்தான் இப்படி ஓடவேண்டியிருக்கு. ஆமாங்க... வாழை இலை போல சுமார் 15 செமீ நீளமும் 100 கிராம் எடையும் மட்டுமே நாங்க இருக்கோம். நாங்க செய்ற வேலையை யார் கண்டுக்கறாங்க. ஆமாங்க கணையம்னு வக்கனையா பேர் இருந்தா மட்டும் போதுமா! நீங்க சாப்பிடறது இட்லி தோசையா, இறைச்சியா, பருப்பு சாதாமான்னு பார்த்துப் பார்த்து நாங்க என்சைம்களைச் சுரக்கறோம். மனுஷங்க உடலிலேயே நாளமுள்ள மற்றும் நாளமில்லா சுரப்பி நாங்கதானே.

உடலுக்குள் வரும் ஒவ்வொரு சத்துப்பொருளுக்கும் ஒவ்வொரு செயலுக்கு

இடைவெளி

அவசியமானது. இதில இயங்குவதற்குத் தேவையான குளுக்கோஸை நாங்க சுரக்கும் இன்சுலின் ஹார்மோன்தான் கட்டுப்படுத்துது. இதன்மூலம் குளுக்கோஸ் அளவு அதிகமாகாமலும் குறையாமலும் பார்த்துக்குது. இரத்தத்தில் கொழுப்பு சேர்தல் போன்ற பல காரணங்களால் அது முடியாதபோகுது. அப்ப குளுக்கோஸ் நேராக சிறுநீரகத்துக்கு போகுது. சிறுநீரகம் என்ன பண்ணும் அதுக்கிருக்கிற ஏராளமான வேலையில. நாங்க அனுப்பற குளுக்கோஸையெல்லாம் ஜரகண்டி ஜரகண்டினு சிறுநீரா வெளியேற்றுது. இதனாலதான் இராத்திரியும் பகலும் நீரிழிவு நோயாளிகள் பாத்ரூமுக்கு படையெடுக்கிறாங்க. சாப்பிட்ட உணவோட சத்து உடம்பில சேராததாலே பசி பசினு புசிக்கறாங்க.

எங்களில் இருக்கும் லாங்கர் ஹான் திட்டுகள்தான் இன்சுலினை உற்பத்தி பண்ணுது. மரபுவழியிலேயே நீரிழிவு நோய்க்கூறுகள் அமைந்திருக்கு. அதாவது ஒண்ணு இன்சுலின் சுரக்காது அல்லது சிலருக்கு சுரப்பது குறைவாயிருக்கும். இவ்வாறு குறைவாய் சுரப்பதை வைத்துக்கொண்டு ஊர்ப்பட்ட குளுக்கோஸை கட்டுப்படுத்த இயலாது. சில பேருக்கு சுரக்கும்; ஆனா அது பருமன், வயதுமுதிர்வு காரணமாக இரத்தத்தில கலப்பதில் சிக்கல் இருக்கும்.. இப்படிப்பட்டவங்க உடற்பயிற்சி செய்வது கொஞ்சம் உதவியாக இருக்கும். நீரிழிவு நோயாளிகளுக்கு அப்பப்ப பசிக்கும்தான். ஒரே நேரத்தில நிறைய சாப்பிடுவதற்குப் பதில் குறிப்பிட்ட இடைவெளியில் கொஞ்சம் கொஞ்சமா சாப்பிடச் சொல்லுங்க. எண்ணெய் பொரித்த உணவு வாய்க்கு நல்லது, வயத்துக்கு நல்லதல்ல. இதையெல்லாம் செய்தா சர்வீஸ் பண்ணத் தேவையில்லாத வண்டி மாதிரி வாழ்க்கை ஓடிக்கிட்டேயிருக்கும்.

இனிமையான பதிலை எதிர்நோக்கும்,

இனிப்பான செயல்வீரர்கள்.

15

இடைக்கால சேட்டிங் தொடர்...

அன்பார்ந்த உறுப்பினர் பெருமக்களே,

வணக்கம். எல்லோரும் நலம்தானே... நமக்கிருக்கும் நேரப் பிரச்சனையில் நமக்கு உட்கார்ந்து பேச நேரமேது. நாம் ஒவ்வொருவரும் ஒவ்வொருவிதமான பணிகளில் எப்போதுமே மும்முரமாயிருக்கிறோம். இரைப்பைக்கு வேலை இரண்டுமணி நேரம்தான் (சுமார்) என யாரும் சண்டைக்கு வரவேண்டாம். நான் பொதுவாகத்தான் கூறுகிறேன். இந்த மனிதர்கள் நம்மைப் படுத்தும் பாடு நம்மை பேசவைக்கிறது. ஆனால், இந்தப் பேச்சுக்கள் வெறும் புலம்பல்களாக மட்டுமிராமல் ஒரு ஆவணமாகட்டும் என்ற அடிப்படையில் உங்கள் அனைவரையும் எனது வாட்ஸ்அப் நம்பருக்கு சேட் அனுப்பும் முறையை கடைப்பிடித்து வருகிறோம். இவ்வாறான கடந்த சேட்டிங் தொடரில் பலரும் அனுப்பினீர்கள். கொரோனா கால கெடுபிடியில் சேட்டிங் தொடரை, அவசர அவசரமாக முடிக்கவேண்டியதாகிவிட்டது. மனிதகுலம் வாழும் காலம் மட்டும் நமக்கான பிரச்சனைகள் தீரப்போவதில்லை. அறிவியலும் தொழில்நுட்பமும் அவர்களது வாழ்க்கையினை வளப்படுத்த வளப்படுத்த அவர்கள் சுறுசுறுப்பும் குறைந்துகொண்டே வருகிறது. எது எப்படியோ

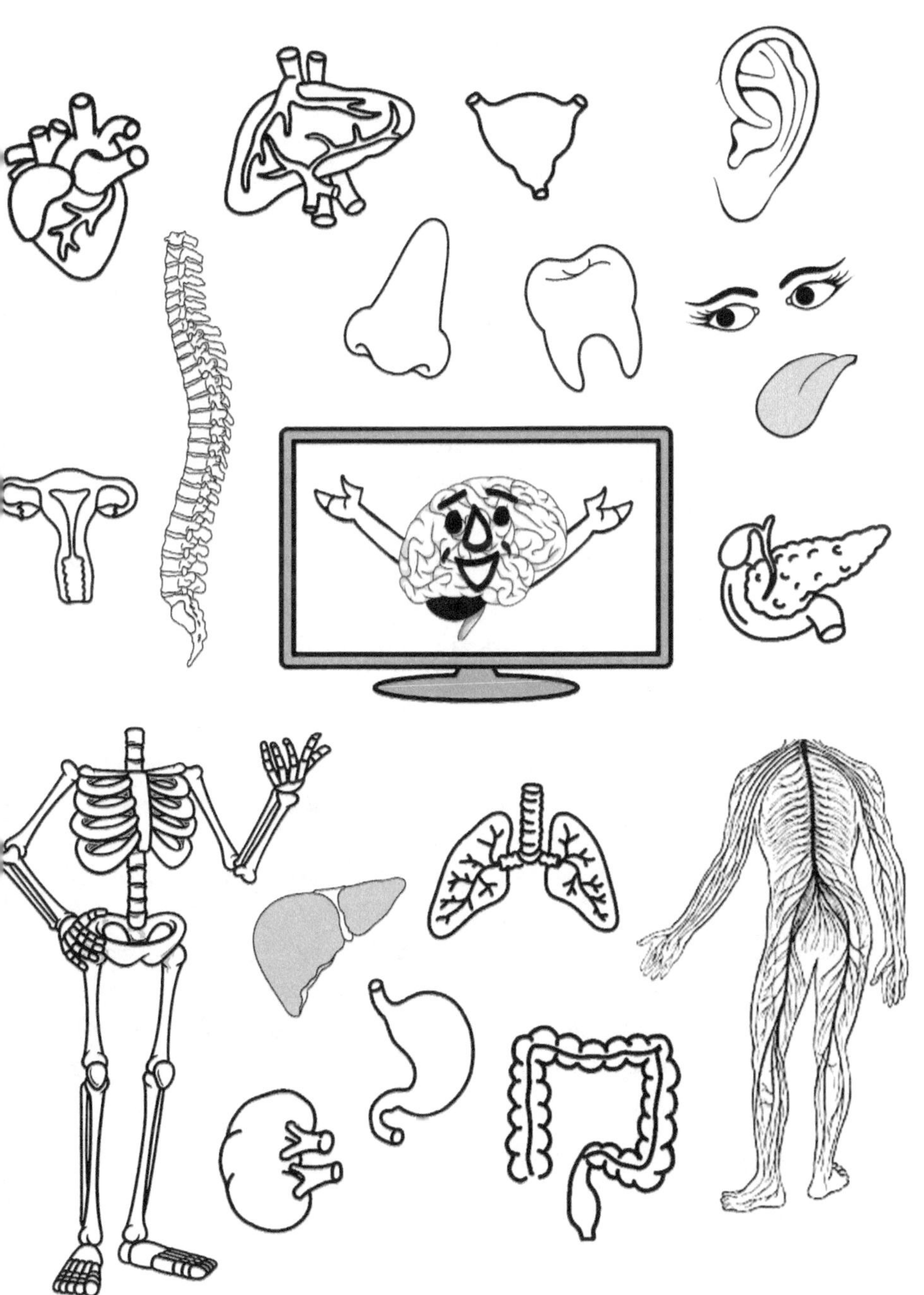

பட்டாணி உருவில் இருக்கும் பிட்யூட்டரி முதல் பாறை போன்ற வலிமை கொண்ட கல்லீரல் வரையிலான நம் பணிகள் அளவிடற்கரியன.

இப்போதும் நமது சேட்டிங் தொடரை மீண்டும் துவக்க சில நிபந்தனைகளுடன் அனுமதிக்கிறேன். முதலாவதாக ஒவ்வொரு சேட்டிங்கையும் குறித்த நேரத்திற்குள் வாசிக்க இயலுமாறு தெளிவாக அனுப்புங்கள். ஒருவேளை நீங்கள் சொல்லவேண்டிய விஷயம் அதிகமிருந்தால் அதனை அடுத்த சேட்டிலும் கடந்த முறை போல அனுப்புங்கள். உங்கள் அருமையான வார்த்தைகளில் மயங்கி நான் இயங்காது போனால் உடலின் சகல இயக்கமும் ஒடுங்கிவிடுமென்பதே இதற்குக் காரணமே தவிர வேறு ஒன்றுமில்லை. கூடுமானவரை பிரச்சனைகளோடு பிரச்சனைகளுக்கான தீர்வினையும் சொல்லுங்கள். ஏற்கெனவே சிலர் அதுபோலத்தான் அனுப்பியுள்ளீர்கள். இருந்தாலும் இதனைக் கவனத்தில் கொள்ளவேண்டுமென்பதால் அழுத்தம் கொடுக்கிறேன்.

எண்சான் உடம்பிற்கு சிரசே பிரதானம் என்று வாய்க்கு வசதியாக சொல்லிவிடுகின்றனர். தலையிலிருக்கும் முடியிலிருந்து காலிலிருக்கும் நகம்வரை எந்த குறைபாடுமில்லாமல் இயங்க நாங்கள் ஆற்றும் பணிகளை நாங்கள் எங்கே சென்று புலம்புவது? பரவாயில்லை. ஜனநாயகமும் சகிப்புத்தன்மையும் ஒவ்வொரு நாட்டிற்கு மட்டுமல்ல, அதன் பகுதியாக இருக்கும் மனிதர்களுக்கும் முக்கியம்தானே! அந்த வகையில் ஒவ்வொரு மனித உடலும் ஜனநாயகத்துடனும் சகிப்புத்தன்மையுடனும் இயங்கவேண்டும். ஆயிரம் சொற்பொழிவுகளைவிட ஒரு முன்மாதிரி சிறந்தது என்பார்கள். நாங்கள் அவ்வாறே செயல்படவும் நீங்களும் செயல்படவும் வாழ்த்தி சேட்டிங் தொடரைத் தொடங்கிவைக்கிறேன்.

என்றும் ஓய்வில்லா பணியில்,

உங்கள் தலைமைச் செயலாளர் மூளை.

16

லப்டப் இரகசியம்

இதயமே... இதயமே...

அன்புள்ள தலைமைச் செயலாளர் அவர்களுக்கு,

எங்கள் அமைப்பு மிகவும் சிக்கலானது. நாங்கள் ஆரிக்கிள், வென்ட்ரிக்கில் என பிரிந்துள்ளோம். இதிலும் இடது வலது என அமைந்துள்ள இடத்தை ஒட்டி அழைக்கின்றனர்... அதாவது வலது ஆரிக்கிள், இடது ஆரிக்கிள், வலது வென்டிரிக்கில், இடது வென்டிரிக்கில். மேலும் கார்பன்-டை ஆக்சைடு கலந்து இரத்தத்தினை கொண்டுவருவோர் சிரைகள் (சிறை பிடித்து வருவோர்னும் புரிஞ்சிக்கலாம். ஹி... ஹி...) அல்லது நாளங்கள். ஆக்சிஜன் மற்றும் சத்துப்பொருட்கள் அடங்கிய இரத்தத்தினை உடல் முழுவதும் கொண்டு செல்வோர் தமனிகள்.

நாங்கள் சுயமாக இயங்க எங்களுக்கான மின்சார இணைப்பு உள்ளது. மேலும் நாங்கள் இயங்கத் தேவையான இரத்த ஓட்டத்திற்கான சிறப்பு ஏற்பாடும் உள்ளது. இதனை அடிப்படையாக வைத்து சுருங்கும்போது மகா தமனிகள் வழியாக இரத்தம் உடலெங்கும் செல்கிறது. நாங்கள் விரியும்போது உடலின் பல பாகங்களிலிருந்தும் இரத்தம் வருகிறது. இவ்வாறு வரும் அசுத்த இரத்தத்தினை (அதாங்க கார்பன்-டை ஆக்சைடு நிறைந்த இரத்தம்) உடனே நுரையீரலுக்கு அனுப்பவேண்டும். மேலும் நுரையீரல் ஆக்சிஜன் மற்றும் சத்துப்பொருள் கொண்ட இரத்தத்தை உடலெங்கும்

வாழ்க
வளமுடன்

அனுப்பவேண்டும். மூச்சு விட நேரமில்லாம இதையே செய்துகொண்டிருக்கிறோம்.

சுருக்கமா சொன்னா... உடலின் பாகங்களிலிருந்தும் சிரைகள் மூலம் சேகரமாகும் அசுத்த இரத்தம் வலது ஆரிக்கிளை அடைகிறது. வலது ஆரிக்கிள் அதனை வலது வென்டிரிக்கிள்களுக்கு அனுப்புகிறது. வலது வென்டிரிக்கிள் அதனை நுரையீரலுக்கு அனுப்புகிறது.

அதே நேரம் தமனிகள் மூலம் இடது ஆரிக்கிளை அடையும் சுத்தமான இரத்தம் இடது வென்டிரிக்கிளை அடைகிறது. இடது வென்டிரிக்கிள் அதனை உடல் முழுவதற்கும் அனுப்புகிறது. இதனை இவ்வாறு இவ்வாறான நான்கு அறைகளுக்கிடையே வாசற்படிமாதிரி நான்கு வால்வுகள் இருக்கின்றன. இப்படித்தான் லப் டப் லப் டப்னு தொடர்ந்து நொடிப்பொழுதும் சோராமல் துடித்து இரத்தத்தை இரைத்துக்கொண்டிருக்கிறோம்...

நாங்கள் அதிகமா ஒண்ணும் கேட்கலை. ஒரு நாளைக்கு சுமார் 1 முதல் 2 கிலோமீட்டர் நடக்கச் சொல்லுங்கள். அடுக்குமாடியில் ஏறும்போதும் இறங்கும்போதும், இரண்டு தளமாவது நடக்கட்டும்... எண்ணெய் பண்டங்கள் வேண்டாம், சத்தானதை உண்ணச்சொல்லுங்கள். எளிமையான மன உளைச்சலில்லாத வாழ்க்கை வாழட்டும்... இதனால், நாங்களும் சீராகச் செயல்பட்டு அவர்களும் நோயில்லாமல் வாழலாம். என்னதான் பெரிகார்டியம் என்கிற கடினமான தசைகளாகயிருந்தாலும் நாங்களும் ஒருநாள் பலவீனமாவோம். எங்கள் பலமே அவர்களின் உயிரோட்டம். ஆமா, சொல்லிட்டோம்.

என்றும் உங்கள் சேவையில்,

ஓய்வறியா உழைப்பாளிகள்.

17

வேலை நிறுத்தம் வாழ்வின் நிறுத்தமே!

மதிப்பிற்குரிய தலைமைச்செயலாளர் அவர்களுக்கு,

முதலில் பலரும் வர்ணிப்பது போல எனது உருவ அமைப்பு அழகானதல்ல. ஆனால், எமது செயல்பாடு அழகானது அற்புதமானது. யாராவது ஏதாவது செய்யக்கூடாததை செய்துவிட்டால் உனக்கு இதயமே இல்லையானா எங்களை ஏன் வம்புக்கு இழுக்கறீங்க. எமக்குத் தொழில் இரத்தம் பெறல், தரல், உடலெங்கும் இறைத்தல் இமைப்பொழுதும் சோராதிருத்தல். அவ்வளவே உடலில் பல்வேறு பாகங்களிலிருந்து வரும் கரியமில வாயு கலந்த இரத்தத்தினை நுரையீரலுக்கு அனுப்புதல். நுரையீரலிலிருந்து வரும் ஆக்சிஜன் நிறைந்த இரத்தத்தினை உடலெங்கும் அனுப்புதல். இதுதான் எமது முக்கியமான பணி. இவ்வாறான பணியை ஒரு பெட்ரோல் பங்க் செய்யவேண்டுமானால் ஒருநாளைக்கு சுமார் 15,100 லிட்டர் பெட்ரோலை இறைப்பது போன்ற செயல். இவ்வளவு பணியாற்றும் எமது நீள அகலம். சுமார் 15 க்கு 10 செ.மீ. அளவு. ஒரு கை அடக்கம்தான். எங்கள் வடிவத்திற்கும் நாங்கள் செய்யும் வேலைக்கும் ஏதும் சம்பந்தம் உண்டா பாருங்கள்.

نا....نانا.....نانا....وه

மனிதர்கள் கருவில் உருவாகும்போதே துவங்கும் எமது துடிப்புக்கு ஏது ஓய்வு. அவர்கள் விழித்திருக்கும் நேரத்தில் நிமிடத்திற்கு சுமார் 72 முறை துடிக்கிறோம். அப்பாடா! பகல் நேரம் முடிய இவ்வாறே துடிக்கும் நாங்கள், இரவு நேரத்தில் அவர்கள் தூங்கத் தொடங்கும்போது கொஞ்சம் குறைவாக 55 என ஓய்வாகத் துடிக்கலாம். அதிலும் இவர்கள் திகில் கனவு கண்டால் ஸ்டார்ட் மியூசிக்தான்.

இதையெல்லாம் விடுங்கள், சுமார் 400 கிராம் எடை இருக்கும் இறைக்கும் இயந்திரம் நாங்கள். மொத்த எடையில் 200-ல் 1 பாகமாக இருக்கும் எங்களுக்கு எடை 20இல் ஒரு பாகம் இரத்தம் ஓட்டம் தேவையாய் இருக்கிறது. அப்படி என்றால், மொத்த எங்களுக்குத் தேவையான சத்தின் அளவைப்பற்றி புரிந்துகொள்ளுங்கள்.

பேசும்போதெல்லாம் இதயம் மென்மையானது அப்படி இப்படி என்றெல்லாம் டயலாக் விடுகிறார்கள். ஆனால், எங்களை யாராவது சரியாக பராமரிக்கிறார்களா? அளவுக்கதிகமான கொழுப்புகளால் தூர்வாராத கால்வாயாக மனிதர்களின் இரத்தநாளங்கள் மாறும்போது, வாய்க்கால் வரப்பில் பாயும் தடையின்றி பாயும் தண்ணீராக இரத்தம் எவ்வாறு செல்லும்? அடைப்பிற்கேற்ற அளவுக்கு இரத்தத்தின் அழுத்தம் கூடவே செய்யும். இப்படி எல்லாம் எங்களை படுத்தினால், எங்கள் குறைகளை எடுத்துச்சொல்வோம். அவர்கள் தங்களது போக்கை மாற்றிக்கொள்ளாவிடில் வேலை நிறுத்தம்தான் எமது வேளைநிறுத்தம். அவர்களின் இறுதி நினைவில் கொள்ளச் சொல்லுங்கள்... நாங்கள் பணியாற்றும் விதத்தை நினைவூட்டினால்தான் உங்களுக்குப் புரியும். நீங்கள் உங்கள் வேலையைப் பாருங்கள் அடுத்த சேட்டில் தொடர்கிறேன்.

என்றும் இறைக்கக் காத்திருக்கும்,

ஓய்வறியா உழைப்பாளிகள்.

18

செக்போஸ்ட் ஆய்வுகள்

செக் போஸ்ட் டியூட்டின்னா சும்மா இல்லைங்க. இராத்திரியும் பகலும் வேண்டியதை விடவும் கூடாது. வேண்டாததை வைச்சுக்கவும் கூடாது. அதிலேயும் இந்த சோடியம், பொட்டாசியம் போன்ற நுண்ணூட்டங்கள். இல்லைன்னாலும் பிரச்சனை. அதிகமாயிருந்தாலும் பிரச்சனை. இந்த பொட்டாசியம் இருக்கே அதனோட அளவு குறைஞ்சா தசைகளோட இயக்கம் பாதிக்கும். அதிகமாயிட்டா இதயத்தோட இயக்கம் பாதிக்கப்படும். அடுத்தாக புரதம்... புரதப்பொருட்களை செரிப்பதன் மூலமாக யூரியா உண்டாகுது. இது இரத்தத்தோட எங்க கிட்ட வந்ததும் நாங்க வெளியேற்றுவோம். அது வராம இரத்தத்திலேயே தங்கிட்டா. அங்கங்க இருக்கும் இரத்தசெல்களில் யூரியா தங்கிடுது. இப்படி தங்கும் யூரியா தண்ணீரைத் தேக்கி வைச்சிக்கிடும். இதனால முகம், வயிறு, கால்கள் எல்லாம் வீங்கிடும். உடனே டாக்டர் இதுக்கான மாத்திரைகளைக் கொடுப்பாங்க. அதிலுள்ள வேதிப்பொருள் ட்ராபிக் போலீஸ் மாதிரி தடி எடுத்துக்கிட்டு துரத்துவாங்க. உடனே அப்பாடா நீர் பிரியுதுன்னு நிம்மதியாவாங்க.

அதிக உப்பு
வேண்டாமே!
சிறு நீரகம்
உப்பு

நீரை பிரியவிடாதேன்னு நாங்களா சொன்னோம். சொல்லி வைங்க. ஏதோ எங்களோட வேலை சிறுநீர் உற்பத்தி சாலைனு நினைக்கிறாங்க. நாள் ஒன்றுக்கு ஒன்றரை லிட்டர் முதல் இரண்டு லிட்டர் சிறுநீரை நாங்க வெளியேற்றாம இருந்தா அவங்க பாடு திண்டாட்டம்தான்.

இது ஒரு பக்கம்னா உடம்பு அதிகமா சில்லிட்டுப்போனாலும் இரத்த ஓட்டம் அதிகமாகும், யாராவது உங்களை டென்ஷன் பண்ணாலும் இரத்த ஓட்டம் அதிகமாகும். இது மாதிரி இரத்த ஓட்டம் அதிகமானாலே எங்க பாடு திண்டாட்டம்தான்.

இன்னொன்றையும் சொல்ல மறந்துட்டேன். நீங்க சாப்பிடும் உணவு, தண்ணீர், சில வகையான பழங்களின் விதைகள் தெளிவாகவே சொல்றேன். தக்காளி கொய்யா பழ விதைகளில் சுண்ணாம்பு போன்ற சத்துக்கள் நிறைய இருக்கு. இதை நாங்க எவ்வளவு கஷ்டப்பட்டு வெளியேற்றினாலும் எங்களோட பாதையில கொஞ்ச கொஞ்சம் தங்கிடுது. அப்படித் தங்கி கெட்டியாவதே சிறுநீரகக் கல் அப்படின்றாங்க.

நாங்க ஒண்ணும் அதிகமாக கேட்கலை, போதுமான அளவுக்கு நல்ல தண்ணீர் குடிக்கச் சொல்லுங்க. இரத்த அழுத்தத்திற்கு ஆட்படாம இயல்பா வாழச்சொல்லுங்க. போதுமான அளவு சத்தான உணவை சாப்பிடச் சொல்லுங்க. முக்கியமாக ஒருத்தருக்கு ஒரு நாளைக்கு 5 கிராம் உப்புதான் சாப்பிடலாம். அந்த அளவுக்கு மட்டும் உப்பை உட்கொள்ளச் சொல்லுங்க. இப்படி எல்லாம் செய்யாம எங்களை கஷ்டப்படுத்தினா நாங்க செயலிழப்போம். நாங்க செயலிழந்துட்டா அப்புறம் யாராவது தானம் கொடுத்து மாற்று சிறுநீரகம்தான் பொருத்தணும். இல்லைன்னா செயற்கையாக சுத்திகரிக்கும் டயாலிசிஸ் முறைக்குத்தான் போகணும். யாராவது டயாலிசிஸ் செய்துகொள்பவர்களோடு பேசச்சொல்லுங்க, அப்பதான் எங்க அருமை புரியும்.

சுயமரியாதையை உரிமையோடு கோரும்,

பெருநீரக சகாக்கள்.

19

சிறுநீரா? பெறும்நீரா?

அன்புள்ள தலைமைச் செயலரே,

நியாயமாக பெருநீர் பெருநீரகம் அப்படின்னுதான் பெயர் வைத்திருக்கவேண்டும். ஒரு நாளில் சுமார் 180 லிட்டர் இரத்தத்தை நாங்க ரெண்டு பேரும் சுத்திகரிக்கிறோம். நான் ஸ்டாப்பா செய்து பார்த்தாதான் எங்களோட கஷ்டம் புரியும். செய்யும் வேலை பெரிய வேலை ஆனா பேரைப் பாருங்க. சிறுநீரகம், சிறுநீர்னு. குறைச்சு மதிப்பிடறாங்க... வயிற்றின் பின்பக்கம் கீழ் முதுகுப்பகுதியில் முதுகுத்தண்டின் இருபுறமும் அவரைவிதையின் வடிவத்தில் காணப்படுகிறோம். 12 செ.மீ. நீளமும், 6 செ.மீ. அகலமும் 3 செ.மீ. தடிமனிலும் நாங்கள் அமைந்திருக்கிறோம். எங்களது எடையோ சுமார் 140 கிராம்தான். எங்களில் உள்ள சுமார் 10 லட்சம் நெப்ரான்கள் படும்பாடு சொல்லி மாளாதது. ஒரு நுண்ணோக்கியில் பார்த்தால் பெரிய தலைகொண்ட புழுபோல இவர்கள் தென்படுவார்கள். இவர்கள் இரத்தத்தை சுத்திகரித்துவிட்டு வெளியேற்றும் நீரே நாளங்கள் மூலம் சிறுநீர்ப்பை அடைந்து சிறுநீராய் வெளியேறுகிறது.

ரைமிங்கா கிட்னி கெட்டி சட்னின்னு கிண்டல் வேற பண்றீங்க. எங்களோட வேலை

இதோட
ஆறாவது தடவை.

BATH ROOM

எக்கசக்கமாக்கும். உடலின் நீரின் அளவை சமப்படுத்துவது. இரத்த அழுத்தத்தை பராமரிப்பது, சிவப்பணுக்கள் உற்பத்திக்கு உதவுவது. எலும்புகளின் வளர்ச்சிக்கு உதவுவது, முக்கியமாக நச்சுப்பொருட்களை வெளியேற்றுவது. குறிப்பாக உப்பின் அளவை பராமரிப்பது.

இவ்ளோ பிசியான எங்களுக்கு இராத்திரிதான் கொஞ்சம் ஓய்வு. வழக்கத்தைவிட மூன்று மடங்கு குறைவான வேலை. அப்பவும் நாங்க பகல் மாதிரியே வேலை செய்தால். நீங்க எப்படி தூங்குவிங்க.

எங்க வேலைகளை கொஞ்சம் பார்ப்போம். எங்களிடமுள்ள நெப்ரான்கள்தான் ரத்தத்திலுள்ள கழிவுகளை வடிகட்டி சுத்திகரிக்கின்றன. இதயத்திலிருந்து வெளிவரும் சுமார் 25 சதவிகிதம் இரத்தத்தை நாங்கள் சுத்திகரிக்க வேண்டியுள்ளது. அவ்வாறு சுத்திகரித்து உடலுக்கு மீண்டும் தேவையான குளுக்கோஸ், அமினோ அமிலங்கள், வைட்டமின்கள், ஹார்மோன்கள் ஆகியவற்றை பிரித்தெடுத்துக்கொண்டு தேவையில்லாத யூரியா, குளோரைடு போன்றவற்றை வெளியேற்றுகிறோம்.

இந்த இரத்த சுத்திகரிப்புக்கு நாங்க படறபாடிருக்கே. சொல்லி மாளாது. ஒரு செக்போஸ்ட் மாதிரியில்லே செயல்படவேண்டியிருக்கு. தேவையானதை வெளியே அனுப்பிடவும் கூடாது. தேவையில்லாததை அனுமதிக்கவும் முடியாது... விருந்தாளிங்க கொண்டுவந்து தரும் நொறுக்குத் தீனிகளை ஓரே நாளில் தின்னு முடிச்சா அளவுக்கதிகமாகும் சோடியம் பொட்டாசியம் போன்ற தாதுக்கள் சேருமா சேராதா? அவற்றை யார் வெளியேற்றுவது. இன்னொரு சேட்டில் வந்து விவரமா சொல்றேன். நீங்க வேலையைப் பாருங்க.

சுயமரியாதையைக் கோரி நிற்கும்,

பெருநீரக சகாக்கள்.

20

ஓடாமல் ஒரு நொடியும் நிற்கமுடியுமா?

அன்பான தலைமைச் செயலாளரே,
சுணக்கமில்லாதோனின் வணக்கம்.

போன சேட்டில நடுங்கினாரே ஏன் நடுங்குறாருன்னு யாரோ கேட்டாங்க. அதையும் சொல்றேன். எங்களின் பல பணிகளில் முக்கியமான ஒன்று உடலோட வெப்பநிலையை கட்டுப்படுத்தும் பணி இல்லையா. சரி சரி சிரிக்கவேண்டாம். உங்க சகா ஹிப்போதாலமஸ்தான் இதற்கு பொறுப்பு. அவரு வெப்பநிலை அதிகமானா வியர்வையை வெளியேற்றியும் தண்ணீர் குடிக்கச் சொல்லியும் குறைந்தால் இவ்வாறு நடுங்கவும் ஆணையிடுகிறார். நடுங்குகையில் சருமத்தின் துளைகள் சுருங்கி வெப்பம் வெளியேறுவது கட்டுப்படும். மேலும், நரம்புகளும் ஒன்றோடொன்று உராய்ந்து கொஞ்சம் வெப்பம் உருவாகும். அந்த வெப்பத்தைப் பயன்படுத்தி நாங்க சுதாரித்துக்கொள்கிறோம். நிற்க,

எங்களில் வெள்ளையணுக்கள்தான் தற்காப்பு படைவீரர்கள். அதாவது எந்த ஒரு அந்நியர் வந்தாலும் அதனை எதிர்த்துப் போராடும் குணமுடையோர். மனிதர்களுக்கு ஏற்படும் காயங்களில் ஏற்படும் சீழ் என்பது இறந்த வெள்ளையணுக்களின் தொகுப்புதான். எங்களின் வலிமையே இவர்களின் நோய் எதிர்ப்பு சக்தி. அடுத்ததாக சிவப்பணுக்கள். இவர்கள்தான் செல்கள் சுவாசித்து உயிர்ப்போடிருக்கத்

தேவையான ஆக்சிஜனை கொண்டுசெல்கின்றனர். மேலும் தேவையான சத்துப்பொருட்களையும் இவர்களே கொண்டுசெல்கின்றனர். இதற்கு உதவியாக உள்ள வேதிப்பொருளே ஹீமோகுளோபின் எனப்படுகிறது. நாங்கள் சிவப்பாயிருப்பதற்கும் இதுதான் காரணம். ஹீமோகுளோபின் குறைந்தால்தான் இரத்த சோகை என்னும் குறைபாடு வந்துவிடுகிறது. இரும்புச் சத்துள்ள உணவை உண்டால் போதும். கொஞ்சம் அவர்களிடம் சொல்லுங்கள்.

அடுத்தபடியாக இரத்தத் தட்டுகள். ஒருவருக்கு காயம் படுகிறது என்றால் நாங்கள் வெளியே வருகிறோம். தொடர்ந்து நாங்கள் வெளியே வந்துவிட்டால் எவ்வாறு மனிதர்களால் உயிர்ப்போடிருக்க இயலும். எனவே, நாங்களாகவே உறைந்துகொள்ள ஏதுவாக எங்களிடம் உள்ள அமைப்பே இரத்தத்தட்டுகள். உறைதலுக்குத் தேவையான வேதிப்பொருளையும் நாங்கள் கைவசம் வைத்திருக்கிறோம். இதனைப் பயன்படுத்தி உறையச் செய்துவிடுவோம். ஆனால், இது சிறிய காயங்களுக்குத்தான் சாத்தியம். பெரிதாகும்போது எங்களால் ஒன்றும் செய்ய இயலாது. தையல் போட்டு இணைத்துத்தான் கட்டுப்படுத்தவேண்டும்.. இதற்கு உதவியாக வைட்டமின் 'கே' சத்து உதவுகிறது.. ஆனால் எல்லா நேரமும் உறைந்துவிடலாமா? அப்புறம் எங்களோட டிராபிக் ஜாமானா என்ன ஆவது. இவ்வாறு உறையாமலிருக்க வைட்டமின் 'டி' சத்தும் உதவியாக இருக்கிறது.

இவர்களோடு கூட பிளாஸ்மா என்னும் பெயருடைய திரவமும் இருக்கு. கொரோனா காலத்தில் எங்க மண்டையும்தான் உருண்டுகிட்டிருக்கு. பேருதான் பெரிசு. பிளாஸ்மா! பெரியம்மானு!. இதிலும் பெரும்பகுதி நீரால்தான் ஆகியிருக்கு. நோய்களோட காரணிகளைக் காட்டும் நாங்க வலிமையாயிருப்பது ரொம்ப ரொம்ப அவசியம் இல்லையா! இவர்கள் தங்கள் செல்லை (செல்லிடப்பேசி) கவனிக்கும் அளவுக்கு எங்களை கவனிப்பதில்லை. அந்த செல் ஒருவகை தகவல் தொடர்பென்றால் நாங்களும் அப்படியே. சத்தான காய்கறிகளை சாப்பிட்டு எங்களை பராமரிக்கச் சொல்லுங்கள். எங்கள் ஓட்டமே அவர்கள் ஓட்டம்; இல்லையேல் திண்டாட்டம்தான்.

ஓய்வறியா உழைப்பாளிகள்,

இரத்த பந்தங்கள்.

21

பாதை பெரிது பயணமும் பெரிது

அன்பார்ந்த தலைமைச் செயலாளர் அவர்களே,

சும்மா அங்கேயும் இங்கேயும் நடப்பதற்கே மூட்டு வலி முழங்கால் வலி அப்படின்றாங்க. எங்களோட ஓட்டப்பாதை எவ்வளவு தூரம் தெரியுமா ? சுமார் 1,12,000 கி.மீ. மணிக்கு சுமார் 65 கி.மீ. வேகத்தில் ஓடுகிறோம்..ஓடுகிறோம் ஓடுகிறோம் எமது வாழ்நாளான சுமார் 120 நாட்கள் ஓடுகிறோம். ஆமாங்க. எங்களோட ஆயுள் அவ்வளவுதான் இல்லையா. அதுக்குள்ளதான். எலும்பு மஜ்ஜைகள் உதவியுடன் புதிய அணுக்களோட உதவியுடன் புதுப்புது ரத்தங்கள் சுரந்திடப்போவுது.. மனிதர்களில் யாரும் எங்களது ஓட்டமில்லாமல் இயங்க முடியுமா? இந்த சேட்டிங் மன்ற கூட்டத் தொடரிலும் எமது குறையை நான் ஓடிக்கொண்டேதான் டைப் செய்கிறேன். இவர்களுக்கு எங்கு அடிப்பட்டாலும் பளிச்சென நாங்கள்தானே வெளிப்படுகிறோம். அந்த அளவுக்கு அனைத்து இடங்களிலும் நாங்கள் நீக்கமற நிறைந்து இவர்களுக்குத் தேவையான சக்தியைக் கொடுக்கிறோம். மேலும் ஆக்சிஜனையும் கொண்டு சென்று உயிரோட்டமாக வைத்திருக்கிறோம். அதுமட்டுமா பல்வேறு கழிவு நீக்க வேலைகளையும் செய்கிறோம். முக்கியமாக கார்பன்-டை-ஆக்சைடை

112000
KM
இரத்தம்

நுரையீரலில் உதவியுடன் வெளிச்சுவாசம் மூலம் வெளியேற்றுகிறோம். கருவிழியில் மட்டுமே நாங்கள் பயணிப்பதில்லை. மற்றபடி இறந்த செல்களின் தொகுப்பாய் இருக்கும் நகம், முடி போன்றவற்றிலும் எங்கள் ஓட்டம் இருப்பதில்லை. இரவோ, பகலோ, மழையோ, வெயிலோ எங்களின் பயணங்கள் ஓய்வதில்லை. வெப்பநிலை கட்டுப்பாடும் எங்களோட பொறுப்புதானே.

கொஞ்சம் எங்களது சகாக்களையும் அறிமுகம் செய்து வைத்து விடுகின்றேன். சிவப்பணுக்கள், வெள்ளையணுக்கள் மற்றும் தட்டணுக்கள் என்ற பெயர்களின் மூன்று வகை அணுக்களும் பிளாஸ்மா என்றழைக்கப்படும் திரவமும்தான் எங்கள் சகாக்கள். இவர்களின் எண்ணிக்கை கன அளவு, வடிவம் போன்றவற்றில் ஏற்படும் மாற்றங்களை வைத்துத்தான் மனிதர்களின் உடலில் ஏற்பட்டுள்ள தொற்றுக்களை கண்டறிய இயலும்.. எங்க எப்பப் போனாலும் ரத்த சோதனை செய்யச்சொல்வது இதனால்தான். நாங்க நோய்களை சொல்லமாட்டோம். ஆனால், நோய்களோட அறிகுறி எங்களிடம் தென்பட்டுவிடும்.

இவ்வாறு பெரும்பிரிவாக இருந்தாலும், எங்கள் அணுக்களுக்குள் இன்னும் சின்ன சின்ன பிரிவுகள் உள்ளன. அவர்கள் எங்களைவிட பிசியாக இருப்பதால் அவர்கள் பெயர்களை சொல்லாதது குறித்து கவலைப்படமாட்டார்கள். கணக்கிலடங்காத சிறியவர்கள். ஆனால் செய்யும் பணியால் பெரியவர்கள். பார்த்தீர்களா கொஞ்சம் அசந்தேன். இவருக்கு வெப்பநிலை குறைந்து நடுங்க ஆரம்பிக்கிறாரு.. அடுத்த சேட்டில் தொடர்கிறேன்.

ஓய்வின் பெயரே தெரியாதோர்,

இரத்த சொந்தங்கள்.

22

உணர்வுகளின் புறவழிச்சாலை

அன்புள்ள தலைமைச் செயலாளர் அவர்களுக்கு,

இன்னிக்குத்தாங்க வாட்ஸ்அப், வெபினார்னு அதிநவீன தகவல் தொடர்பு வந்திருக்கு. இதுக்கு முன்பு செல்பேசி, குறுஞ்செய்தி, தொலைபேசி, தந்தி அஞ்சலட்டை, இப்படியாக.. இப்படி மனுஷங்களுக்கு வெளியே செயல்படுவது போல் உள்ளேயே செயல்படும் தகவல் தொடர்பு சாதனம் நாங்கள். சர்வ சாதாரணமாக குத்துது, குடையுதுன்னு உணர்கிறார்கள். எரிச்சல் அடைகிறார்கள். ஆனால், அது நாங்கள் பழுதானதின் அறிகுறி இதைக்கூட தெரிவிக்காமல் இருந்தால் பாதிப்பு அவர்களுக்கே அதிகம்.

நரம்பணுக்கள் (neuron), நரம்புக்கட்டிகள் (glia), நரம்புக்கலத்திரள் (ganglia) ஆகியோரே எங்களது முக்கிய உறுப்பினர்கள். இப்படிக்கூட்டாக இயங்குவோரின் தொகுப்பே நரம்புமண்டலம். உண்மையிலேயே நரம்பு மண்டலம் எவ்வளவு பெருசு என்று சொன்னால் நீங்கள் ஆச்சரியப்படுவீர்கள். சுமார் 1000 கி.மீ. அளவிலானது. குறிப்பாக எங்களை ரெண்டு விதமா சொல்றாங்க. ஒண்ணு உணர்ச்சி நரம்புகள் இன்னொன்னு இயக்க நரம்புகள். உணர்ச்சி நரம்புகள் யாருன்னு கேட்கறீங்க. சுவையாயிருக்கு, அழகாயிருக்கு. இந்த மாதிரி உணர்ச்சிகளுக்கு எல்லாம் மூளைக்குக் கடத்தி அதை

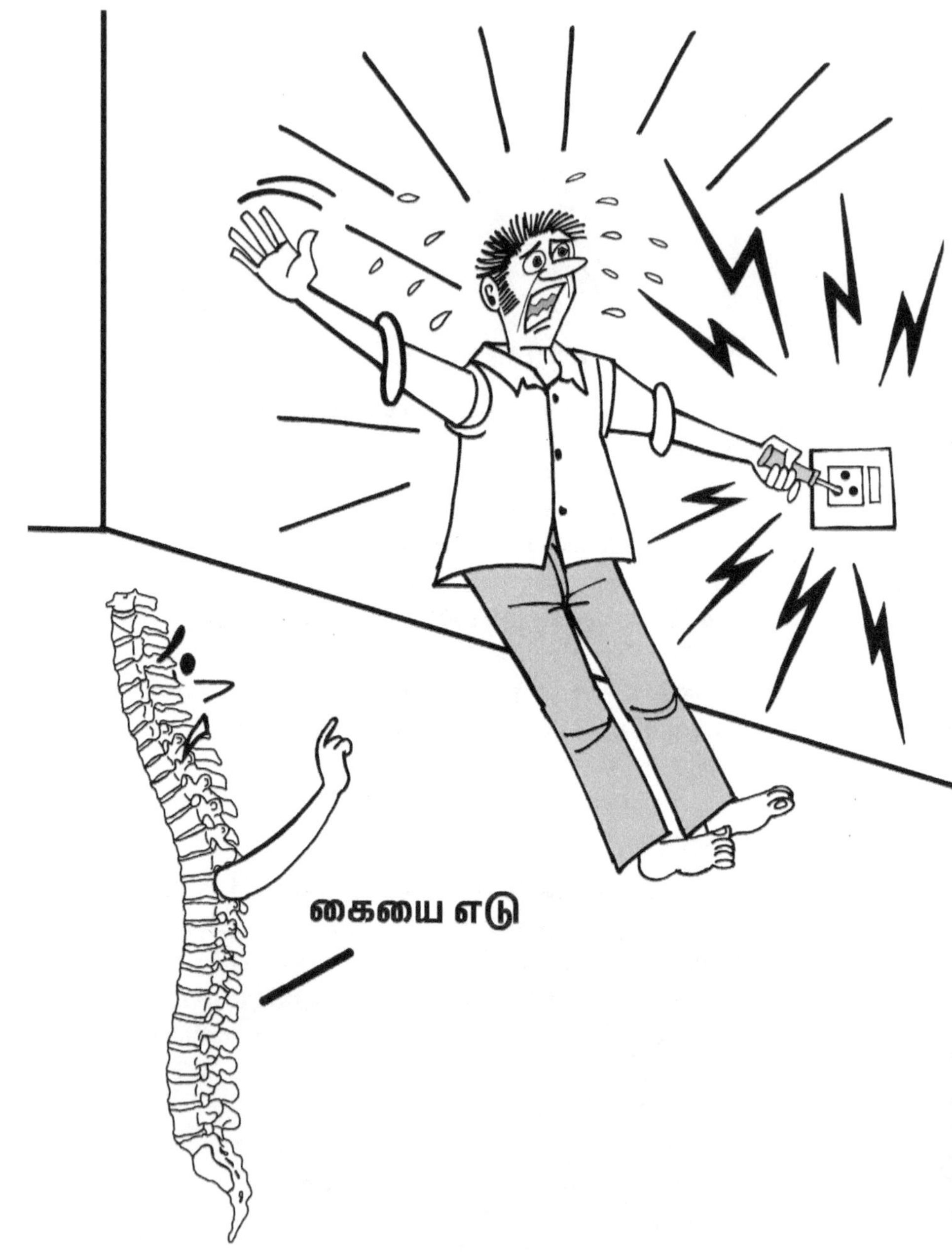
கையை எடு

புரியவைக்கறவங்கதான் உணர்ச்சி நரம்புகள். ஆட்டமாய் ஆடுறாங்க. ஓட்டமாய் ஓடுறாங்க, மூக்கைப் பிடிக்கச் சாப்பிடுறாங்க. இவ்வாறான பல வேலைகளைச் செய்ய நீங்கள் இடும் கட்டளைகளை செயல்படுத்துவோர்கள்தான் இயக்கநரம்புகள். எங்களை இரண்டு விதமாகப் பிரிக்கிறார்கள். ஒன்று மத்திய நரம்பு மண்டலம் (Central Nervous system). இன்னொன்று புற நரம்பு மண்டலம் (Peripheral Nervous system). மத்திய நரம்பு மண்டலம் மனிதர்கள் எல்லா வேலையும் சீராக நடைபெற உதவுகிறது. புற நரம்பு மண்டலம் அவர்கள் உடலிலுள்ள உள்ளுறுப்புகள் சீராக செயல்பட உதவுகின்றன. அவர்களின் முதுகெலும்புத்தொடர் ஒரு பைபாஸ் ரோடு மாதிரி. முதுகெலும்புத் தொடரிலுள்ள தண்டுவடத்தோட தொடர்பிலுள்ள நரம்புகள் மூலம்தான் பல்வேறு கட்டளைகளும் வேகவேகமா உங்களிடம் வந்து சேருது. அதுபோலவே உங்கள் கட்டளைகளும் வந்து சேருது. அதனால தான் முதுகுல ஏதாவது காயம் பட்டது என்று சொன்னால் ரொம்ப ஜாக்கிரதையா இருக்க வேண்டும். இந்த முதுகு தண்டுவடத்தில் காயம்பட்டு பலபேருக்கு உணர்ச்சிகள் இல்லாமல் போனது எல்லாம் கூட உண்டு. ஒருத்தருக்கு காலில் ஒரு முள் குத்துது, எலக்ட்ரிக் ஷாக் அடிக்குது. இது போன்ற நேரங்களில் இந்தத் தகவல் உங்களுக்கு வந்து நீங்க கட்டளை கொடுப்பதற்குள் சிக்கலாகலாம். அதனால் உடனடியாக தண்டுவடமே தாமாக முன்வந்து ஒரு இடைக்கால உத்தரவைப் போட்டு, காலை தூக்கு கைய எடு அப்படின்னு சொல்லும். இந்த மாதிரி செயல்பாடுகளைத்தான் அனிச்சை செயல் என்று சொல்றாங்க... எங்களில் மற்றொரு பிரிவினரான புற நரம்புகள் சில இடங்களில் திரட்சியாகவும் இணைந்து செயல்படுகின்றன. இவ்வாறானோரை நரம்புத் திரள்கள் (Ganglia) என்றும் அழைக்கப்படுகின்றனர். இவர்களே உள்ளுறுப்புகளான இதயம், இரைப்பை, குடல் சுரப்பிகளைச் சேர்ந்த தசைகள் சீராக இயங்க உதவுகின்றனர். பாருங்க பாருங்க எங்க புராணமா மட்டுமே போய்க்கிட்டிருக்கு. எங்களை இவங்க படுத்தற பாட்டையும் சொல்லணும். பாருங்க இதுக்குள்ளே. இவர் நாணிக்கோணி போகிறார். அடுத்த சேட்டில் தொடர்கிறேன்.

தகவல் தொடர்பு சிகாமணிகள்,

உழைத்துழைத்து துரும்பாகும் நரம்புகள்.

23

வலியைச் சொல்வது வலிமை பெறவே...

பொதுவாகவே சர்க்கரை இனிப்பாயிருக்கும். ஆனா, சர்க்கரை நோய் கட்டுப்பாட்டிலில்லையென்றால் வாழ்க்கையே கசக்கும்தானே. தமனிகள் வழியாக இரத்த சொந்தங்கள் ஆக்சிஜனைக் கொண்டு போறோம் குளுக்கோஸைக் கொண்டு போறோம்கறாங்களே. சர்க்கரை நோய் உள்ளவங்களிடம் அதிகமாவதை எங்கே கொண்டுபோறது. ஆங்கங்கே எங்க கிட்டே கொட்டிடறாங்க. அதில் உருவாகும் வேதிப்பொருளை சாப்பிட்டால் (சாப்பிட்டால் இல்லை மாவுச்சத்து அதிகம் சாப்பிட்டால் வருவது) எங்களில் அங்கங்கே ஒட்டிக்கிட்டு எங்களோட செல்களை தின்னுடறாங்க. எங்கள் சொந்தங்கள் பாதிக்கப்பட்ட பிறகு நாங்க வெறும் கூடாகத்தான் இருப்போம். கூட்டாக எங்க வேலை செய்வது. சரியான வகையில் உணர்ச்சிகளைக் கடத்தமாட்டோம். எக்குத்தப்பாக வேலை செய்வோம். இதனால் எங்கள் மூலம் கடத்தப்படவேண்டிய அளவு சத்துப்பொருட்களும் ஆக்சிஜனும் செல்களுக்கு கிடைக்காது. அப்புறம் நாங்க எக்குத்தப்பா வேலையைச் செய்ய ஆரம்பிச்சுடுவோம். இதனாலதான் குத்துது குடையுது அப்படின்னு ஆரம்பிப்பாங்க.

இந்த வியாதியை நியுரோபதின்னு சொல்வாங்க. எந்த வகையான நரம்புகள் பாதிக்கப்படுதோ அந்த

வைட்டமின்–B உணவுகள்.

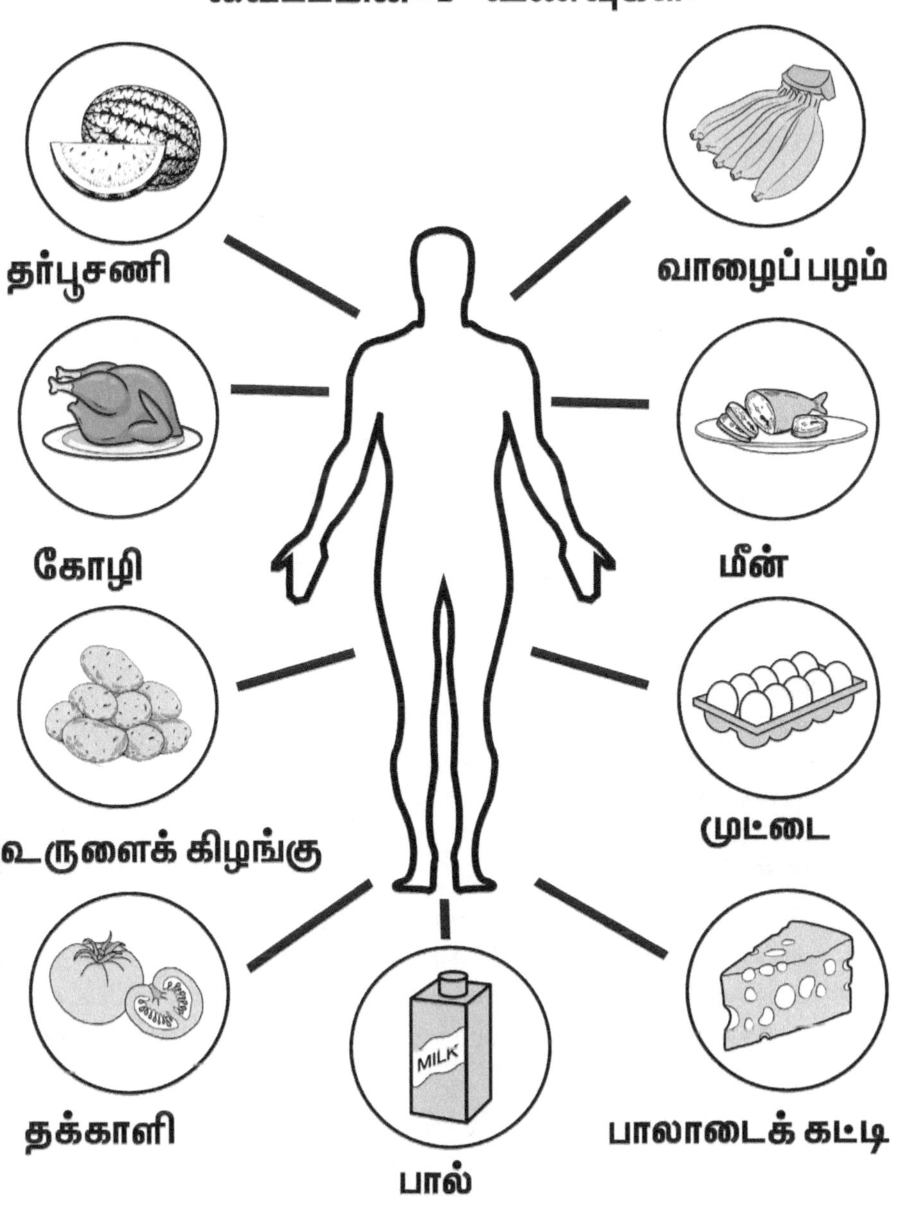

வகையான நியுரோபதி. ஒழுங்கா சர்க்கரை சேராம இருந்தா எந்த பிரச்சனையுமில்லை. இது எந்த அளவுக்குப் போகும்னா. பொதுவாக எங்க செயல்பாடுகளால் உங்கள் மூலமாக உணரப்படும். வலி எல்லாமே ஒரு வகையில் உங்களுக்கு நாங்க கொடுக்கிற எச்சரிக்கைதான். நாங்க அளவுக்கதிகமாக பாதிக்கப்பட்டு தகவல் தொடர்புகள் பாதிக்கப்பட்டா பலநேரங்களில் மாரடைப்பு வருவது கூட தெரியாது மரணிப்போர் உண்டு.

இந்த உலகமே பிரமாண்டங்களால் நிரம்பியது. பிரமாண்டங்களுக்குக் கிடைக்கும் அக்கறை, மரியாதை சிறியவைகளுக்குக் கிடைப்பதில்லை. நரம்புத்தளர்ச்சின்னு போகும் போக்கில் சொல்லிவிடுகிறார்கள். எங்களைப் போல் தொடர்ந்து இயங்கினால் அவர்களுக்கு கஷ்டம் புரியும். ஒவ்வொரு மைக்ரோ விநாடியும் நாங்கள் செயல்களைப் புரிந்துகொண்டிருக்கிறோம். உங்களுக்குத் தெரியாததல்ல. உங்களிடம்தானே அனைத்தையும் கொண்டுவந்து கொட்டுகிறோம்.

முடிப்பதற்குள் ஒரு விஷயத்தையும் சொல்லி முடிக்கலாம். உங்கள் பிரச்சனையால் நீங்கள் நாங்கள் அனுப்பும் தகவல்களை பரிசீலிக்க முடியாத போதே வலிப்பு நோய் இவர்களுக்கு உண்டாகிறது. தங்களது எந்தப் பகுதி பாதிக்கப்படுகிறதோ அதற்கேற்றவகையில் நாங்கள் பாதிக்கப்பட்டு இவர்களுக்கு வலிப்பு வருகிறது. உடனே கும்பல் சேர்ந்து தண்ணீரைக் குடிக்கவைத்து, சாவியைக் கொடுத்து சகமனிதர்கள் படுத்தும் பாடு சொல்லி மாளாதது. தயவுசெய்து சொல்லுங்கள் வலிப்பு ஒரு நோயல்ல. நோயின் அறிகுறி. உடனே உங்களைப் பரிசோதித்து உங்கள் பாதிப்பை மருத்துவர்கள் உணர்ந்து மருத்துவம் செய்ய இயலும்.

நல்ல வாழ்வியல் பழக்கங்களோடு வைட்டமின் பி சத்து உள்ள உணவுகளை அதிகமாக உட்கொள்ளச் சொல்லுங்கள். செய்யும் தவறையெல்லாம் அவர்கள் செய்துவிட்டு நாங்கள் பாதிக்கப்பட்ட பிறகு நீங்கள் உணர்வதால் யாருக்கு லாபம். கொஞ்சம் அதிகமாக உரிமை எடுத்துக்கொண்டோம். பொறுத்தருளவும்.

தகவல் தொடர்பு சிகாமணிகள்,

உங்களால் நாங்கள்; உங்களுக்காகவே நாங்கள்.

24

கலரா? கடமையா?

அன்புள்ள தலைமைச் செயலாளர் அவர்களுக்கு,

காலில் முட்கள் தைத்து அதனை எடுக்கும் செயல்பாட்டை நினையுங்கள். ஊசி கொண்டு மேலோட்டமாக கீறும்போது வலிக்காது. பின்னரே வலிக்கும். மேற்புறமாக பார்க்கப்படும் எங்களது புறத்தோல் இரத்த ஓட்டம் இல்லாத பகுதி; எனவேதான் வலிப்பதில்லை. இதனாலேயே இங்கே ஏற்படும் சிறுசிறு சிராய்ப்புகளால் இரத்தம் வருவதில்லை. அதற்கு அடுத்தபடியாக உள்ள அகத்தோலுக்கு அடியில்தான் வியர்வை சுரப்பி, எண்ணெய் சுரப்பி, வாசனை சுரப்பி போன்ற துணை உறுப்புகள் உள்ளன. என்ன வாசனை சுரப்பியா என்று கேட்கிறீர்களா? ஆம் உண்மையில் சரியான உணவுப்பழக்கம், கழிவுநீக்கம், அதாங்க ஏற்றுமதி இறக்குமதி நடந்தால் வியர்வை அவ்வளவாக துர்நாற்றம் எடுக்காது. உண்டான கழிவும் உடலிலேயே தங்கி இரத்தத்தில் கலந்திருந்தால் தூர்வாராத சாக்கடையாகத்தான் இரத்த ஓட்டம் நடைபெறும். இதனாலேயே துர்நாற்றம் ஏற்படுகிறது. மேலோட்டமாக இருபாகங்களைச் சொன்னாலும் இன்னும் சிறு சிறு பணியாற்றும் பெரும்பாலானோர் இருக்கின்றனர். அவர்கள் பெருந்தன்மையானவர்கள்; பெயர் சொல்லாததை பெரிதுபடுத்தமாட்டார்கள். இப்படியாக அனைவரும் சேர்த்தே எங்கள் தடிமன் சுமார் 2 மி.மீ. அளவுதான். குதிகால், உள்ளங்கை, பிட்டம் போன்ற இடங்களில் கொஞ்சம் தடிமன் கூடுதலாய் இருக்கும்.

சரி, அதெல்லாம் இருக்கட்டும்... இந்த நிறத்துக்கு வருவோம். உலகில் மனிதர்கள் நிறங்களைப் புரிந்துகொண்டால் இன்னும் கொஞ்சம் விளங்கும். வெள்ளையர்கள், கறுப்பர்கள், மங்கோலியர்கள் மற்றும் ஆசியர் என்ற நான்கு அடிப்படை நிறங்கள்தான். இந்த மனித இனக்கலப்பினாலேயே மாநிறம் போன்ற இடைநிலை நிறங்கள் உண்டாகி உள்ளன.

இந்த நிறம் காணப்படும் விதத்தைச் சொன்னால் மேலும் புரியும். சிலருக்கு புறத்தோல் மிகவும் மெல்லியதாக இருந்து வெளிச்சம் எளிதாக நுழைந்து பிரதிபலிக்கின்றன. இதனை சிவப்புத்தோல் என்று சொல்லிவிடுகிறோம். அடுத்தபடியாக புறத்தோல் கொஞ்சம் தடிமனாக இருந்தால் இவ்வாறு பிரதிபலிப்பது குறைகிறது. இதனால் கறுப்புத் தோல் என்கின்றனர். எங்களில் உள்ள மெலனின் சுரப்பிகளின் தாக்கம் நிறத்தின் அளவைத் தீர்மானிக்கின்றன. இவ்வாறு அதன் தாக்கத்தால் மஞ்சள் நிறம் உண்டாகின்றது. சூரிய ஒளியில் நாம் உலவும்போது நமது மெலனின் உருவாக்கம் நடைபெறுகிறது. இப்படி போதுமான அளவில் மெலனின் உருவாகும்போது சூரியனிலிருந்து வெளிவரும் புற ஊதாக்கதிரின் தாக்கமும் குறைகிறது.

உண்மையில் வெள்ளையர்கள் தங்களது நிறத்தால் படும் சிரமங்கள் கொஞ்ச நஞ்சமல்ல. ஒப்பீட்டு அளவில் தோல் புற்றுநோயால் அதிகம் பாதிக்கப்படுகின்றனராம்.

சரி, இந்த நிறம் மாறும் விஷயத்தையும் சொல்லி முடிப்போம். உண்மையில் வெயிலில் அலையாமல் இருப்பதன் மூலமும் தொடர்ச்சியாக தூசுதும்புகள் படாமல் பார்த்துக்கொள்வதன் மூலமாகவும், அவ்வப்போது குளிர்ந்த நீரால் முகம் கழுவுவதன் மூலமாகவும் இருக்கும் நிறத்தைக் காப்பாற்றிக்கொள்ளலாம். சரியான உணவு வகைகளையும் குறிப்பாக புரதச்சத்துள்ள உணவு வகைகளை, பாதாம், பிஸ்தா போன்ற வகைகளை தொடர்ச்சியாக உட்கொள்வதன் மூலமாக இருக்கும் மினுமினுப்பைத் தக்கவைத்துக்கொள்ளலாம். மற்றபடி சிவப்பழுகு எல்லாம் மனபிரமைதான்.. ஆப்பிரிக்கர்கள் ஒருவிதத்தில் அழகு என்றால் ஐரோப்பியர்கள் மற்றொருவிதத்தில் அழகு. அழகாய் இருப்பதை விடுத்து அழகாய் வாழ முயற்சிப்போம். அழுக்கைப் போக்கி அழகைக் கூட்டச் சொல்லுங்கள்!

இங்ஙனம்,

கலர் எதுவாயினும் கடமையாற்றத் துடிப்போர்.

25

கண் துஞ்சா காவலர்கள்

அன்புள்ள தலைமைச் செயலாளர் அவர்களுக்கு,

கறுப்பே அழகு; காந்தலே ருசி. கறுப்புதான் எனக்குப் பிடிச்ச கலரு. பாட்டுக்கும் பழமொழிக்கும் ஒண்ணும் குறைச்சலில்லை. ஆனா, இந்த கலர் பிரச்சனை எல்லாம் பெரும்பாலும் எங்களிடமே பாய்கிறது... கொஞ்சம் மாநிறமாயிருப்போர் சிவப்பாய் மாறவும். சிவப்பாய் இருப்போர் இன்னும் அதிக சிவப்பாகவும் எத்தனை எத்தனை களிம்புகளை அள்ளி அள்ளிப் பூசுகிறார்கள். உலக அழகி கிளியோபாட்ரா தன் நிறத்தைப் பராமரிக்க கழுதைப் பாலில்கூட தினமும் குளித்தாராம். பலன் விளைந்ததா யார் கண்டது? ஆனால், பெரும்பாலும் இவற்றால் எல்லாம் அதிக பலன் விளைந்துவிடாது. உண்மையில் கறுப்பாய் இருப்பது ஒருவிதத்தில் நல்லது. கொஞ்சம் பொறுங்க இன்னும் விரிவாகச் சொல்றோம்... பின்னர் நீங்களே புரிந்துகொள்வீர்கள்.

எங்களது பணி ஒன்றா இரண்டா. இயற்கையாகவே வாட்டர் புரூஃப் கொண்டோர் நாங்கள். இல்லாவிட்டால் கிணற்றில் குதிக்கும் மனிதர்களுக்குள் நீர் புகுந்துவிடாதோ? இது ஒருபக்கம் என்றால் அதிக அளவிலான தண்ணீரை வெளியேற்றுவோரும் நாங்களே. ஆமாம் இந்த மனுஷங்க கடினமான வேலைகளைச்

கிளியோபாட்ரா
கறுப்பு நிறமும் ஒரு அழகுதானே?

செய்யும்போது. நாங்கதானே வியர்வையை வெளியேற்றுகிறோம். வேலை செய்யப்படும்போது வெளிப்படும் ஆற்றலால் வெளிப்படும் வெம்மையைக் கட்டுப்படுத்துகிறோம். அதுவும் கோடைக்காலங்களில் எங்கள் பணி சொல்லி மாளாதது... உடனே குளிர் காலங்களில் சிறுநீர் அதிகமா கழிப்பது நினைவுக்கு வருமே? ஆமாம் கோடைக்காலங்களில் சிறுநீரகங்களோட பணி எங்களால் கொஞ்சம் குறையும். ஆனால் பாருங்க குளிர்காலங்களில் எங்களால் சிறுநீரகங்களுக்கு உதவமுடியறதில்லை. இதோடு மட்டுமல்ல சூரிய ஒளியின் மூலம் வைட்டமின் 'டி' சத்து தயாரிக்க உதவுவோரும் நாங்களே. எலும்பையும் தசையையும் இணைத்துக்கொண்டு மனிதர்களுக்கு உடலமைப்பைத் தருவோரும் நாங்களே. அவ்வளவு ஏன் எக்க சக்கமாய் எண்ணெய் பண்டங்களைத் தின்று அளவுக்கதிகமா கொழுப்பு சேருதே அவையெல்லாம் எங்கள் பாதுகாப்புப் பெட்டகத்திலதானே சேருது... இந்த உலகமே வைரஸும் பாக்டீரியாவும் நிறைந்த கடல்தானே. இதில் வாழும் மனிதர்கள் உடலில் எப்போது புகலாமென அவைகள் காத்திருக்கின்றன. அவ்வாறான நுண்ணுயிரிகளும் பூஞ்சைகளும் புகாமல் உடலைக் காக்கும் காவல் நிலையங்கள் நாங்கள்தானே... நரம்பு மண்டலக்காரங்க என்னென்னவோ பேசிட்டாங்க. தொடு உணர்ச்சியை வெளிப்படுத்தும் நாங்க இல்லைன்னா எப்படி உங்களிடம் செய்திகளைக் கடத்துவாங்க?

பாத்ரும்ல துணியைத் துவைக்கிற மாதிரி என்னமா சோப்பைப் போட்டு தேய்க்கிறாங்க. நல்லவேளை குளிக்கிற சோப்பில குறைந்த அளவிலான காரத்தன்மையுள்ள பொட்டாசியம் ஹைட்ராக்சைடு இருக்கு. அதனால நாங்க கொஞ்சம் பிழைச்சுக்கிறோம். தினம் தினம் எங்கள் சகோதரர்கள் புதுப்புது தோலாக பரிணமித்துக்கொண்டேயிருக்கின்றனர். சுமார் 27 நாட்களுக்குள் ஒரு முறை நாங்கள் உடல் முழுவதும் புதியோராய் உருவாகிவிடுகிறோம்... எங்களோட அமைப்பைப் பற்றியும் கொஞ்சம் சொல்லவேண்டியிருக்கு. புறத்தோல், அகத்தோல் இப்படி அழைக்கப்படுகிறோம். இவங்களைப் பற்றியெல்லாம் விரிவாக அடுத்த சேட்டில் பகிர்கிறோம்...

தட்பவெப்ப கட்டுப்பாட்டுப்பணியில்...

காவலுக்கு கெட்டிக்காரர்கள்.

26

கூடாக...கூட்டாக...

அன்புள்ள தலைமைச் செயலாளர் அவர்களே,

ஆய்வுக்கூடத்திலிருந்து அறிவியல் கண்காட்சி வரை வரேவேற்பறையை நாங்கள்தான் அலங்கரிக்கிறோம். நீங்கள் பாதுகாப்பாக இருக்க உதவும் மண்டை ஓடு; தண்டுவடத்திற்கு முதுகெலும்புத்தொடர்; இதயம், நுரையீரலுக்கு விலா எலும்புகள் என இவர்கள் எல்லோரையும் காத்தும் கட்டமைப்பையும் தருவதே எலும்புகளான நாங்கள்தான். இவர்கள் காதிலுள்ள ஸ்டேப்ஸ் (Stepes) என்ற சிறிய (சுமார் 2.5 மி.மீ.) எங்கள் பங்காளிதான் மனிதர்கள் கேட்பதற்கு உதவிகரமாய் இருக்கிறார். இவ்வாறான எங்களின் சொந்தமான மண்டையோட்டுடன் இரண்டு எலும்புகளை போட்டு மின்மாற்றி (Transformer) உள்ள இடமெல்லாம் அபாயம் என்று எழுதிவைக்கிறார்களே நியாயமா? குழந்தையாய் பிறக்கும் இவர்கள் இரப்பர் போல் வளைய வருகிறார்கள்; பின்னர் படிப்படியாக நாங்கள் வளர்ந்து உறுதிப்படுகிறோம். ஒரே நேரத்தில் தசைகளோடும் நரம்புகளோடும் இணைந்து இவர்கள் ஆடும் ஆட்டத்திற்கெல்லாம் ஈடு கொடுக்கிறோம். அவ்வாறு செய்துகொண்டே எங்களையும் வலுவாக்கிக் கெட்டிப்படுத்துவது எவ்வளவு சிரமமானது தெரியுமா? ஒரு வீட்டில் வாழ்ந்துகொண்டே வீட்டைக் கட்டிப்பாருங்கள் தெரியும்.

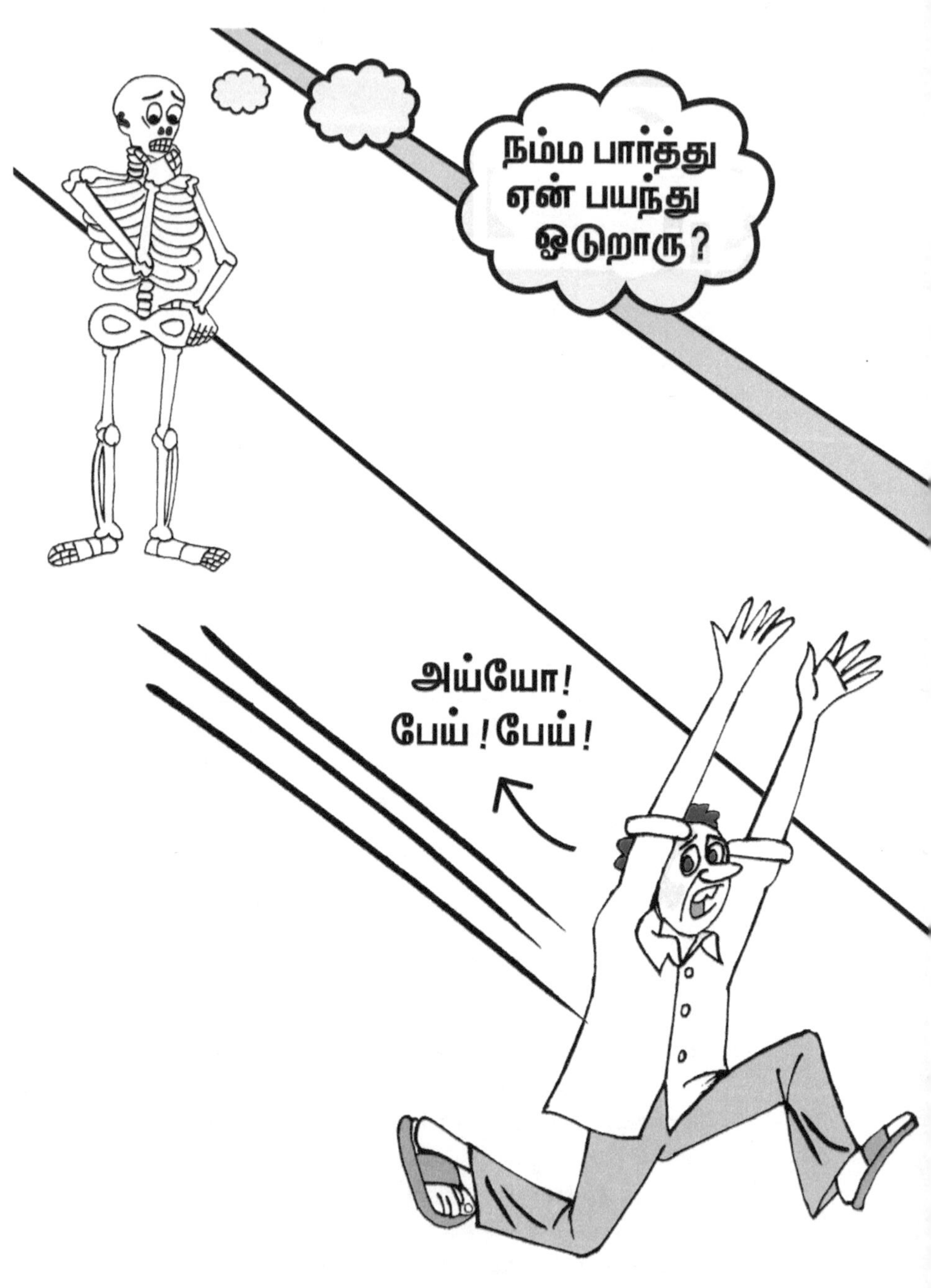
நம்ம பார்த்து ஏன் பயந்து ஓடுறாரு?
அய்யோ! பேய் ! பேய் !

எண்ணிக்கையில் 206 இருக்கும் நாங்கள் எப்போதும் அலட்டிக்கொள்வதில்லை. இருக்கும் இடத்திற்கேற்றவாறு அசைகிறோம் அசையாமல் இருக்கிறோம். இடுப்பிலும் மண்டையிலும் இருப்போர் அசையா மூட்டு வகையினர். ஏனையோர் அசையும் தன்மைக்கேற்ப கீல் மூட்டு, வழுக்கு மூட்டு, பந்துகிண்ணமூட்டு என பல்வேறு வகைகளில் அழைக்கப்படுகிறோம். இவ்வாறு அசைவோர் தேயாமல் இருப்பதற்காக முனைகள் குருத்தெலும்புகளால் மூடப்பட்டிருக்கின்றன. இதன் உட்புறத்தில் திசுப்படலமும் அதில் ஒரு வழுவழுப்பான திரவமும் சுரக்கின்றது. வயதாக ஆக இதன் செயல்பாடுகளில் ஏற்படும் குறைபாட்டினால்தான் மூட்டு வலி, முழங்கால்வலி என்கிறார்கள். தொடர்ச்சியாக எங்களை செயல்படவைத்துக்கொண்டிருந்தால் அவர்கள் செயல்பாட்டிலும் பிரச்சனை வராது.

பொதுவாகவே கோலாஜான் (Collagen) என்ற புரதத்தினால் ஆனவர்கள் நாங்கள். இத்துடன் கால்சியம், பாஸ்பரஸ் போன்ற தாதுப்பொருட்களும் உள்ளன. சுருக்கமாக 50% நீராலும் 33% கால்சியம், பாஸ்பரஸ் போன்ற தாதுப்பொருட்கள் மற்றும் 17 % ஏனைய பொருட்களாலும் ஆகியுள்ளோம். மனிதர்களின் முக்கியத் தேவையான கால்சியம் தாதுப்பொருளைத் தொடர்ந்து நாங்கள்தான் இரத்தத்தின் மூலம் கடத்துகிறோம். இவர்களுக்கு கால்சியம் அதிகமானாலும் கஷ்டம் குறைந்தாலும் கஷ்டம். இது மட்டுமா மனிதர்களின் இரத்தத்திலுள்ள சிவப்பு அணுக்களையும், வெள்ளையணுக்களையும் எங்கள் மஜ்ஜையினர்தான் உருவாக்குகின்றனர்.

மனிதர்கள் அனைவருக்கும் ஆதாரமாய் இருக்கும் கூடு நாங்கள். அவர்கள் சொல்வது போல் எலும்புக்கூடு அல்ல காப்புக்கூடு. எங்களைப் பேயாகவும் பிசாசாகவும் சித்தரித்து கேலி செய்கிறார்கள். பிறந்தது முதல் இறப்பு வரை உடனேயே இருந்து வளர்ந்து, இறந்தபின்பும் மரபணு பரிசோதனைகள் மூலம் இன்னார்தான் என அடையாளம் காட்டும் எங்களை இவர்கள் பராமரிப்பதே கிடையாது. அடுத்த பாகத்தில் அவற்றைப் பகிர்கிறேன்.

கூடாகவும் கூட்டாகவும் உழைக்கும்,

எலும்புமண்டல சகோதரர்கள்.

27

கொஞ்சம் ஆடுங்க......
கொஞ்சமாவது அசங்குங்க!

அன்புக்குரிய தலைமைச்செயலாளர் அவர்களுக்கு,

நீங்கள் ஆடச்சொன்னால் ஆடவும் பாடச்சொன்னால் பாடவும் செய்கிறார்களா. அவையெல்லாம் நாங்கள் இல்லாமல் நடக்குமா? நரம்புகளும் தசைநார்களும், நாங்களும்தானே உங்கள் கட்டளைகளை நிறைவேற்ற உதவுகிறோம். எங்களில்தான் நரம்புகள், தசைநார்கள்(Ligaments) எல்லாம் ஒட்டிக்கொண்டிருக்கிறார்கள். பாவம் எங்களுக்கு அடிபடுவதைவிட இந்த தசைநார்களுக்கு ஏற்படும் காயங்கள்தான் மிகவும் தொல்லை நிறைந்தவை... எலும்பு முறிவென்றால் கட்டு கட்டுகிறார்களே அவர்கள் செய்வதெல்லாம் எங்கள் உடைந்த திசுக்கள் வளர ஏதுவாக்க இணைத்துக் கட்டுகிறார்கள் அவ்வளவே. மீதமுள்ள சிகிச்சையெல்லாம் வெளிப்புற காயங்களுக்குத்தான். எங்களை சரியாகப் பொருத்தினால் மட்டும் போதும் நாங்கள் இணைந்துவிடுவோம். இப்போதெல்லாம் உலோகப்பட்டைகள் வைத்து போல்ட், ஸ்குரூ போட்டு முடுக்கிவிடுகிறார்கள். இது எங்களுக்கு மிகவும் வசதியாகிறது. எங்களுக்குத் தேவையான கால்சியம், பாஸ்பரஸ் சத்துக்களைக் கொடுத்துக்கொண்டேயிருந்தால் மட்டும் போதும்.

எங்கள் பணிகள்தான் ஒன்றா இரண்டா. நாங்கள் தனியாகவும் செயல்படுகிறோம். கூட்டாகவும் செயல்படுகிறோம். கூட்டாக செயல்படும்போதுதான் சிலர் மூட்டுக்களாகவும் செயல்படுகின்றோம்.

அய்யோ எப்படி திரும்ப எடுக்கிறதுன்னு தெரியலயே?

இவ்வாறான மூட்டுகள் செயல்படும் தன்மைக்கேற்ப கீல்மூட்டு, பந்துகிண்ணமூட்டு எனப் பலவாறு அழைக்கப்படுகிறோம். இவ்வாறான அமைப்புகளை மனிதர்கள் எங்கே சரியாக பயன்படுத்துகிறார்கள். கதிரடித்து, கிணற்றிலிருந்து தண்ணீர் இழுத்து, அம்மி உரல் அரைச்சு பல்வேறு மூட்டுகளையும் செயல்படுத்தவேண்டும். எங்கே செய்கிறார்கள்? மாடிப்படி ஏறி இறங்கினா காலிலுள்ள மூட்டுகள் செயலூக்கம் பெறும். ஆனால் கையிலுள்ள கீல் மூட்டை மட்டும் இவர்கள் பயன்படுத்துகிறார்கள். ஆமாம்... இவர்கள் செல்லை வைச்ச கண் வாங்காம கையில் வைச்சுக்கிட்டுப் பார்க்கறாங்க. அதுக்குத்தான் பயன்படுது.

அடுத்து பந்துகிண்ண மூட்டு கையை முன்னும் பின்னும் ஆட்டி... உடற்பயிற்சி செய்ய ஏதும் செய்தாதானே. கிரிக்கெட் பந்து போடறப்ப பயன்படுத்தினதோட சரி. அப்புறம் இடுப்பு. நாங்களே திரும்பறா மாதிரிதான் இருக்கோம். நீங்க ரோலிங் சேர்ல உட்கார்ந்துகிட்டு எங்களை எங்கே அசையவிடறீங்க...

இதுபோலவே கால்மூட்டு, கழுத்து எதையும் திருப்பறதில்லை. நீங்க உருவாக்கும் ரோபோ மாதிரி நீங்க ஆயிட்டு. மூட்டு வலி முழங்கால் வலினு மருத்துவர் கிட்ட போறீங்க. அவர் நடைப்பயிற்சி போங்க, யோகா பண்ணுங்க. சொன்னதும் வேகம் வேகமா எங்களை பாடாய்ப் படுத்தறீங்க. எதுக்கும் ஒரு பயிற்சி வேண்டாமா... செய்யுங்க, வேண்டாம்கல. ஆனா எதையும் முறைப்படி முதலிலிருந்தே செய்யாலாம்லே. அப்புறம் பாரம்பரியம், கலாச்சாரம்னு டயலாக் வேற. நாங்க எப்பவும் இயங்க தயாராதான் இருக்கோம். எங்களைத் தொடர்ந்து இயக்கி கட்டுக்குள்ளே வைச்சுக்குங்க. பால் பொருட்களை, கீரை வகைகளை தேவையான அளவுக்கு உணவில் சேர்த்துக்கொள்ளச் சொல்லுங்கள். குறிப்பாக பெண்களுக்கு 45 வயதை அடையும்போது பல்வேறு வகைகளில் எலும்புத் தொடர்பான தொந்தரவுகள் வரும். அதனால தேவையான அளவுக்கு கால்சியம் சத்தைக் கொடுத்தா நாங்கள் எங்க பணிகளை சீரா செய்துகிட்டேயிருக்கப் போறோம். எங்களால்தான் எல்லாம் என்று சொல்லவில்லை. ஆனால், எங்கள்பலமே அவர்களின் பலம். உணர்ந்தால் போதும், எல்லோர்க்கும் நலம்.

உங்களையும் காக்கும் பெரும்பாக்கியம் பெற்றோர்,

எலும்புமண்டல சகோதரர்கள்.

28

கோரிக்கை நேரம்

அன்பான உடலாளுமன்ற உறுப்பினர்களே,

பெரிய காரியங்கள் ஆற்றும் உறுப்புமண்டலங்களின் பிரதிநிதிகளின் சேட்டிங மன்ற கூட்டத்தொடரை மேலும் நீட்டிக்க அவகாசமில்லை. இந்நிலையில் ஒரு சிறப்பு நேர்வாக சிறியோராய் இருந்தும் சிறப்பாய் பங்காற்றும் சிலர் தமது பகிர்வை எழுத்துப்பூர்வமாய் சமர்ப்பித்துள்ளனர். அதனை இங்கே சுற்றுக்கு விடுகிறோம்.

நாளமில்லா சுரப்பிகள். எங்கு சென்றாலும் எந்தப் பிரச்சனை என்றாலும் ஹார்மோன் பிரச்சனை என்று ஒரு வார்த்தையில் சொல்லிவிடுகிறார்கள். இவ்வாறான இயக்குநீர்களையும் இன்ன பிற திரவங்களையும் சுரக்கும் எங்களின் குறையும் சொல்லிமாளாதது. எவ்விதமான நரம்புகளின் இணைப்புமில்லாததால் எங்களை நாளமில்லாச் சுரப்பிகள் என்று அழைக்கின்றனர். எங்கள் வகையினரில் ஹைப்போதாலமஸ், பீனியல் சுரப்பி, பிட்யூட்டரி சுரப்பி, தைராய்டு சுரப்பி, தைமஸ் சுரப்பி, கணைய சுரப்பி, அட்ரீனல் சுரப்பி, விந்தகம், அண்டகம் ஆகியோர் அடங்குகிறோம்.

சிலரது பணிகளையும் மீண்டும் நினைவுறுத்துகிறோம். எதிர்பாராத அதிர்ச்சிகளை சந்திக்கும்போது மனிதர்கள் வயிற்றில் புளியைக் கரைச்சுது என்கிறார்களே... ஏன் அப்படி சொல்கிறார்கள்? எங்கள் அட்ரீனல் சுரப்பிகள் அதிர்ச்சியிலிருந்து மீள சுரக்கும் ஹார்மோன்களால்தான் சமநிலை அடைகின்றனர். இதனால் இவர்களின் பெயர் ஆபத்துகால சுரப்பி

நாளை முதல்
குடிக்க மாட்டேன்....

என்றே ஆகிவிட்டது. இது போலவே பட்டாணி அளவில்தான் இருக்கும் எங்கள் பங்காளி பிட்யூட்டரியின் பணியும் அளப்பரியது. மனிதர்களின் வளர்ச்சியையும் வளர்சிதை மாற்றத்தையும், உடலியல் வளர்ச்சியையும் உளவியலையும் முறைப்படுத்துவது. இவர்கள் இல்லாமல் நடக்காது. கணையமும், கல்லீரலும் நாளமுள்ள மற்றும் நாளமில்லா சுரப்பிகளாகவும் செயல்படுகின்றனர். இவ்வகையில் எங்களில் ஏனையோரின் பங்களிப்பையும் பரிசீலியுங்கள்.

நாளமுள்ள சுரப்பிகள்: நாங்கள் எமது நாளங்கள் மூலமாக ஹார்மோன்களையும் இன்னபிற நீர்களையும் கடத்துகிறோம். எங்களில் வியர்வைச் சுரப்பிகள், உமிழ்நீர் சுரப்பி, செர்மினஸ் சுரப்பி (காதுகளில் அமைந்துள்ளது), பித்தநீர் சுரப்பி, கண்ணீர் சுரப்பி ஆகியோர் முதன்மையானோர் ஆவோம்.

சுரப்பிகளின் கூட்டறிக்கை: பெரிய பெரிய காரியங்கள் தங்களால்தான் ஆகிறதென்று யாரையும் பீற்றிக்கொள்ள வேண்டாமெனக் கூறுங்கள். எங்களுக்குத் தேவையான நூண்ணூட்டங்களான சோடியம், பொட்டாசியம், கால்சியம், பாஸ்பரஸ் உள்ளிட்டவற்றை சரியான அளவில் வழங்கச் சொல்லுங்கள்.

பற்கள்: எல்லோருடைய கோரிக்கைகளையும் உயிர்ச்சத்துக்களையும் நுண்ணூட்டங்களையும் வேண்டுவதாகவே உள்ளது. எனவே பற்களாகிய நாங்கள் ஆரோக்கியமாக இருந்தாலே மனிதர்கள் வயிறார உண்டு வாழ இயலும். எங்கள் பராமரிப்பிலும் கூடுதல் கவனம் செலுத்தச் சொல்லுங்கள்.

தலைமுடி: பலரும் எங்களுக்காக தனிப்பட்ட கவனம் செலுத்துகின்றனர். அழகின் ஒரு பாகமாக எங்களை நினைக்கின்றனர். இருப்போர்க்கு பராமரிப்புப் பிரச்சனை; இல்லாதோர்க்கும் இல்லையே என்ற பிரச்சனை. வயதானால் நரை கூடுவதும் உதிர்வதும் இயல்பானதே. இதனை மாற்ற அதிக அளவிலான வேதிப்பொருட்களை பயன்படுத்த வேண்டாமெனக் கூறுங்கள். ஆண்களின் மரபணுவில் வழுக்கை விழுவதற்கான மரபணுக்கள் கூடுதலாக உள்ளன. வழுக்கையை மறந்து வாழ்க்கையை இரசிக்கச் சொல்லுங்கள்!

மேற்கண்ட கோரிக்கைகளையும் பரிசீலிக்க மனிதர்களுக்கு அறிவுறுத்துவோம். எமது தொகுப்புரையைத் தயாரிக்க தற்காலிகமாக விடைபெறுகிறேன்.

அன்புடன்,

தலைமைச் செயலாளர்.

29

மூளையிருக்கா?

எப்போதும் எப்போதும் உடனிருக்கும் அன்பு
சொந்தங்களே,

உடம்போட எந்த பாகத்தை கெடுத்துக்கிட்டு
மருத்துவர் கிட்டே போறாங்க. அவர் என்ன
கேட்கறாரு, உங்களுக்கு மூளையிருக்கா? இது
போதும்னு நினைக்கிறேன். உங்கள்
குறைபாடுகளைக் கேட்கும்போதே தலைசுற்றுகிறது.
அடடா எனக்கு சுற்றக்கூடாதே. எங்களுக்கு
ஓய்வெடுக்க உரிமையேது. மனுசங்க தூங்கும்போது
கூட விழிச்சிக்கிட்டுத்தானே இருக்கணும். கனவு
காண்பதும் எங்க பொறுப்புதானே. கொஞ்ச நேரம்
நாங்க ஓய்வெடுத்தா போதுமே. மனிதர்கள்
பக்கவாதத்திலே விழுந்திடும் அபாயமிருக்கே.
நான் தானே உங்கள் எல்லோரையும் இயக்குபவன்.
நீங்கள் யாரும் அதிகமான எதையும் பகிரவில்லை.
உங்களுக்கிருக்கும் நியாயமான பிரச்சனைகளைத்தான்
பகிர்ந்திருக்கிறீர்கள். நிச்சயம் நல்லதே நடக்குமென
நம்புவோம்.

சராசரியாக 1.4 கிலோ கிராம் எடை
கொண்டிருக்கிறோம். மொத்தத்தில் 20 சதவிகிதமான
ஆக்சிஜன் எங்களை அடைகிறது என்று சொன்னால்
பாருங்கள் எவ்வளவு வேலை நாங்கள்
செய்யவேண்டியிருக்கும்? எங்களின்
பெருமூளையானது 85% இடத்தைப்
பிடித்துக்கொள்கிறார். ஆம்... பெருமூளையாயிற்றே,
சுமார் 16,000 கி.மீ. நரம்புகள் இதற்குள்

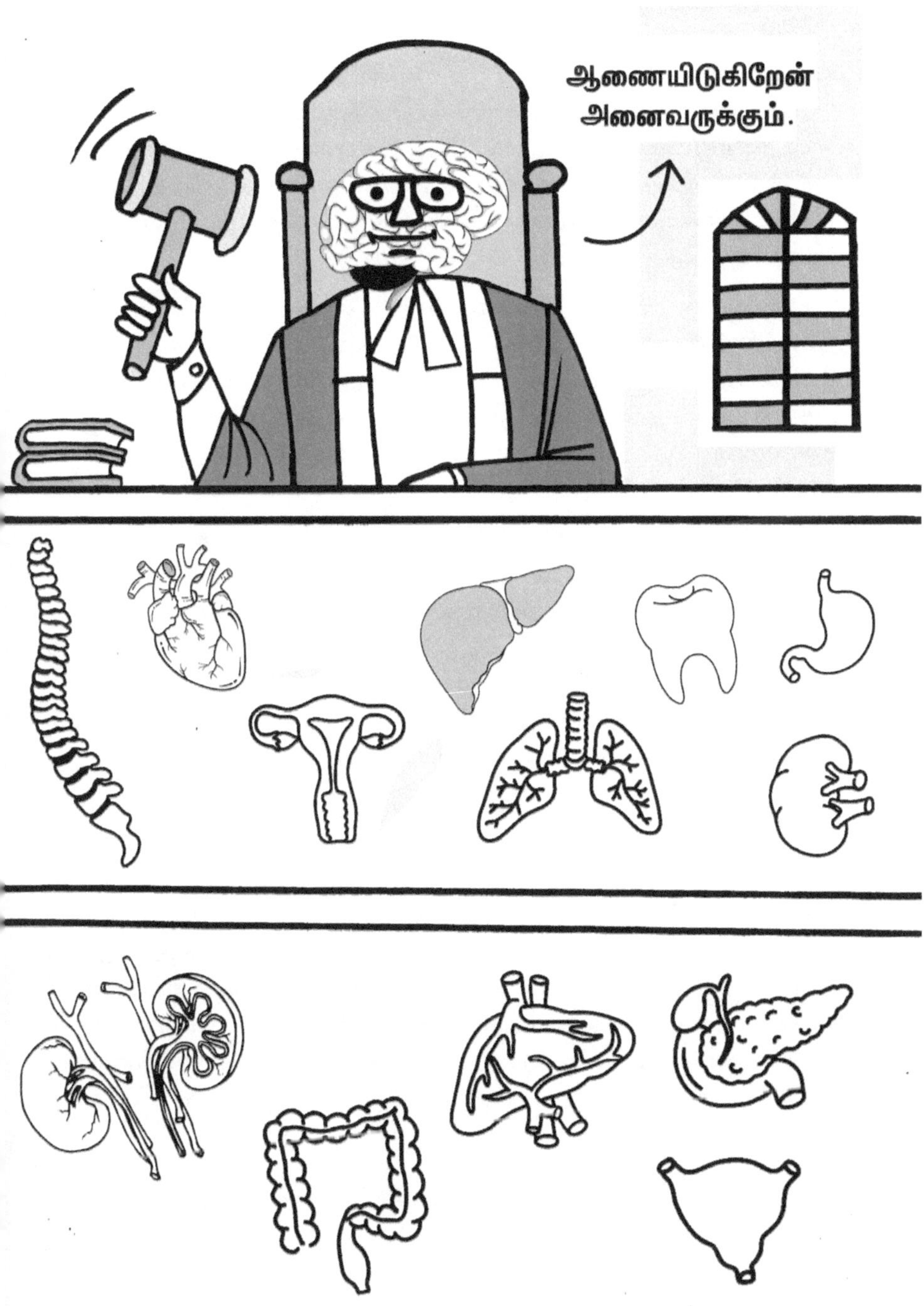

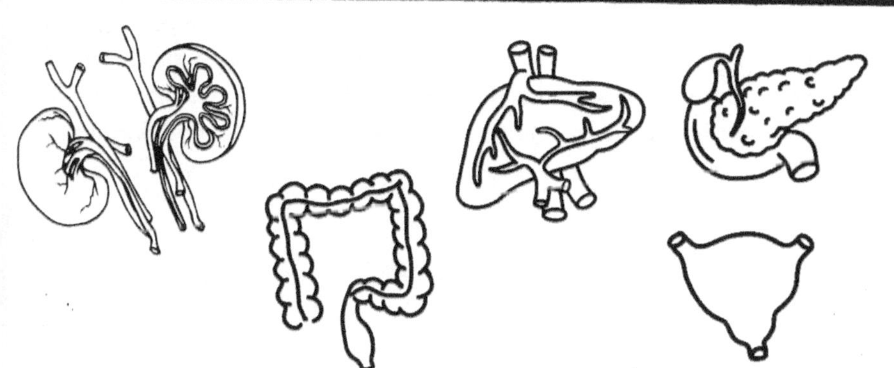

ஆணையிடுகிறேன்
அனைவருக்கும்.

பின்னிப்பிணைந்துள்ள என்றால் எவ்வளவு சிக்கலான பகுதி என்பதை உணர இயலும். தண்ணீர் வேண்டும், காற்று வேணும்கிறதை இதிலுள்ள ஹைப்பாதாலமஸ்தான் உணர்த்துகிறது. உடனே தாகமெடுக்கும் தண்ணீர் குடிப்பீங்க. ஒரு கொட்டாவியைப் போட்டு காற்றை உள்ளிழுப்பீங்க. ஆனா பலரும் கொட்டாவியாலே காற்று வெளியே போகுதுன்னு நினைக்கிறாங்க. பார்வை, பேச்சு, மூச்சு, வாசனை கேட்பது போன்ற அனைத்தும் இங்கேதான் உணரப்படுகிறது.

எங்களுக்கு கீழே அமைந்துள்ள சிறுமூளையின் பணியும் அசாதாரணமானது. மனிதர்களின் தசைகளின் செயல்பாடு, நிலைமை, அவர்களின் சமநிலைத்தன்மையை இதுதான் பார்த்துக்கொள்கிறது. மது வினால் இப்பகுதி பாதிக்கப்படுவதால்தானே. குடி மக்கள் சாலையை அளந்துகொண்டே நடக்கின்றனர்.

அடுத்தவர் முகுளம். இவர் சிறியவர், இருப்பினும் சிறப்பானவர். உடலின் பெருவாரியான பாகங்களும் மூளையுடன் தொடர்பு கொள்ள பை பாஸ் சாலையாக விளங்குவது முதுகுப்புறத்திலுள்ள தண்டுவடமே. இந்த தண்டுவடத்தினை மூளையுடன் இணைக்கும் பகுதிதான் முகுளம். சுருக்கமாகச் சொன்னால் அனிச்சை செயல்களைக் கட்டுப்படுத்துவது இதுதான். பாம்பைப் பார்த்ததும் காலைத் தூக்க நாங்க சொல்லிக்கிட்டிருந்தா என்ன நடக்கும்?

தற்காலிகமாக எனது சேட்டையும் முடிக்கிறேன். உடலின் ஒவ்வொரு பாகமும் அதனோடு இணைந்தவர்களும் முக்கியமானவர்கள். அறிவியல் அனைத்தையும் மனிதர்களுக்கு அற்புதமாக சொல்லிக்கொடுக்கிறது. மருத்துவ உலகமும் தினம் தினம் நமது புதிர்களை விடுவித்தவாறு உள்ளது. நமது புலம்பல்களும் அவர்களை அடையட்டும். மனிதன் நலமாயிருக்க அனைவரும் கூட்டாக உழைப்போம். உடல்நலமுடையோரிடம்தான் நல்ல மூளையிருக்கும் என்று சும்மாவா சொன்னார்கள். நான் நன்றாக இருக்க, அனைவரும் நன்றாக இருக்க கூட்டாக உழைப்போம்.

நன்றி! வணக்கம்.

கூட்டாட்சியால் நல்லாட்சி தர விரும்பும்,

தலைமைச் சேவகன் மூளை.

30

உடலினை உறுதி செய்வோம்!

அன்பார்ந்த உறுப்பினர்களே,

பட்டாணி அளவில் இருக்கும் பிட்யூட்டரியிலிருந்து பாறாங்கல் போல இருக்கும் கல்லீரல் வரை ஒவ்வொருவரும் ஆற்றும் பணியும் அளவிடற்கரியதே. சுவாசத்தையும், எரிபொருளையும் கொண்டு செல்லும் இரத்த ஓட்டமில்லாமல் மனித இயக்கம் சாத்தியமா? இவர்களுக்குத் தேவையான சத்தான உணவை அரைத்துத் தரும் பற்களைப் புகழ்வதா? தொண்டைக்குள் அனுப்பும் முன்னரே போதுமான செரிமான வேதிப்பொருளை சேர்த்து அனுப்பும் நாக்கினைப் பாராட்டுவதா? அனைத்து வேதிப்பொருளினையும் பக்குவப்படுத்தும் கல்லீரலின் பணியைப் புறந்தள்ள இயலுமா? சர்க்கரை அளவைக் கண்காணிக்கும் கணையத்தை என்ன சொல்லிப் பாராட்டுவது. கழிவு நீக்க உறுப்பென்ற பெயரோடு சிறுநீரகத்தின் பணிகள் கொஞ்சநஞ்சமா? எமது பணியைப் பெரிதாய் பகிர்ந்துகொண்டு சுயதம்பட்டம் அடித்துக்கொள்ள விரும்பாவிட்டாலும் கொஞ்சம் சொல்லி முடிப்போம்.

மனித உடலிலுள்ள அனைத்து செல்களும் ஏதாவது ஒரு வகையில் எம்மோடு தொடர்பு கொண்டுள்ளன. அனைத்து வகையான உடலியல் செயல்பாடுகளுக்கும் தேவையான ஆணையை நாங்கள்தானே பிறப்பிக்கவேண்டியுள்ளது. அது மட்டுமா, நினைவில் கொள்ளவேண்டிய பல தகவல்களையும் நினைவில் வைக்கவேண்டியுள்ளது. மனிதர்களின் பல்வேறு வெளிப்பாடுகளான சுகம், துக்கம், வெறுப்பு, கனிவு, அன்பு.வியப்பு போன்ற அனைத்தையும் முகத்தின் மூலமாக வெளிப்படுத்தும் பணியும் எங்களுடையதுதானே. இவ்வளவு பணிகளையும் செய்யும் எங்களது எடை என்னவோ 1.4 கிலோ கிராம்தான். சராசரி மனித உடல் எடையோடு

ஒப்பிடும்போது சுமார் 2 சதவிகிதம்தான். ஆனால், மொத்த ஆக்சிஜன் தேவையில் 20 சதவிகிதம் எங்களுக்குத் தேவையாய் இருக்கிறது என்றால் எவ்வளவு பணிகள் நடைபெறும் என்பதைப் புரிந்துகொள்ள இயலும்.

உங்களில் பலரும் தன்னடக்கமாக தங்களது உறுப்பினர்களின் பெயர்களையோ பணிகளையோ பகிரவில்லை. எனவே நாங்களும் அப்படியே செய்கிறோம். இருப்பினும் எனது சகாக்களான சிறுமூளை, பெருமூளை, முகுளம் உள்ளிட்டோரின் துறைவாரியான பணிகள் அளவிடற்கரியது. அவர்களின்றி ஓரணுவும் அசையாது. இதயத்துக்கும் எங்களுக்கும் ஓய்வென்பதே கிடையாது.

உங்கள் வேண்டுகோளோடு எமது வேண்டுகோளையும் மனிதர்களிடத்தில் படைக்கிறேன். சரியான வாழ்வியல் முறைகளை மேற்கொள்ளுங்கள். ஓய்வின்றி உழைப்பது, புகைப்பது, குடிப்பது, உடல்நலம் பேணாமலிருப்பது போன்றவற்றைத் தவிருங்கள். சத்தான சரிவிகித உணவை நேரந்தவறாமல் உட்கொள்ளுங்கள். நல்ல நீரையும் நல்ல காற்றையும் எங்களுக்குக் கொடுங்கள். நலவாழ்வை நாங்கள் அளிக்கிறோம்.

ஒரு ஆங்கில நர்சரி பாடல் For a want of Nail என்பது. பலருக்கும் இது தெரியும். இருப்பினும் பகிர்கிறோம். ஒரு ஆணி இல்லாமையால் ஒரு குதிரையின் குளம்பை சரி செய்ய இயலவில்லை. குதிரையின் குளம்பு சரியாக இல்லாததால் ஒரு வீரனால் சவாரி செய்ய இயலவில்லை. ஒரு வீரன் சவாரி செய்ய இயலாததால் அடுத்த நாட்டு அரசனின் படையெடுப்பைப் பற்றியத் தகவலைப் பகிர இயலவில்லை. படையெடுப்புத் தகவல் பகிராமையால் அரசன் எச்சரிக்கை செய்யப்படவில்லை. அரசன் எச்சரிக்கை செய்யப்படாமையால் ஒரு நாட்டையே இழந்தான் என முடியும். அந்த வகையில் நம் ஒவ்வொருவரின் சேவையும் அந்த ஆணியைப் போன்று முக்கியமானதே. ஒரு ஆணியும் பிடுங்கவேண்டாம் என்ற வசனமெல்லாம் கதைக்கு உதவாதது. சிறியதோ பெரியதோ அனைவரது பணியும் முக்கியமானது. செய்யும் செயலின் அளவல்ல, செய்யும் நேரமும் நேர்த்தியுமே முக்கியமானது. கூட்டாய் உழைப்போம்.உடலினை உறுதி செய்வோம். உயிரோட்டம் கூட்ட உழைப்போம். மனிதர்கள் உயிர்ப்போடு இருக்கும் வரையில்தானே நமக்கு மதிப்பும் மரியாதையும்...

கருத்துகளைப் பகிர்ந்துகொண்ட அனைவருக்கும் வாழ்த்துகளும் பாராட்டுகளும்.

அன்பையும் அரவணைப்பையும் என்றும் தர பெற விரும்பும், தலைமைச் செயலாளன் மூளை.

www.ingramcontent.com/pod-product-compliance
Lightning Source LLC
Chambersburg PA
CBHW020350160726

47987CB00022BA/2504